KWANINI YESU NI BORA KULIKO ALLAH?

Dr. Maxwell Shimba

Shimba Publishing, LLC.

Shimba Theological Institute

Jedwali Ya Yaliyomo

UTANGULIZI

Kwanini Yesu ni Bora Kuliko Allah? ni kitabu kinachotathmini kwa kina na kwa mtazamo wa kimantiki, kihistoria, na kidini tofauti kubwa kati ya Yesu Kristo na Allah, huku kikiangazia Uungu wa Yesu Kristo na mafundisho yake ya pekee. Katika kurasa zijazo, tutachambua sababu za msingi zinazowafanya watu wengi kumwona Yesu kama mtu wa kipekee na wa kiungu zaidi ya Allah, ambaye ni kielelezo cha Mungu katika Uislamu.

Yesu Kristo amevutia mamilioni ya watu kwa zaidi ya karne 20. Kwa Wakristo, yeye si tu mwanzilishi wa imani yao, bali ni Mwana wa Mungu, Mwokozi wa ulimwengu, na Mfalme wa milele. Kwa upande mwingine, Allah ni jina la Mungu katika Uislamu, linalohusiana na dhana ya Mungu mmoja wa pekee. Hata hivyo, je, kuna tofauti gani kati ya hawa wawili? Je, mafundisho ya Yesu yana ubora gani ukilinganisha na mafundisho yanayohusiana na Allah? Na zaidi, ni kwa nini Yesu Kristo anachukuliwa kuwa bora zaidi?

Dhamira ya Kitabu

Kitabu hiki kimeandikwa kwa lengo la kuleta mjadala wa kiroho, kiakili, na wa kidini unaolenga kutufanya tutafakari kwa undani kuhusu uhusiano wetu na Mungu tunayemwabudu. Dhamira yake si kuchochea chuki wala kuonesha dharau kwa dini yoyote, bali kuangazia kwa haki ukweli wa maandiko ya Biblia na Quran, pamoja na mafundisho yao yanayohusiana na Yesu na Allah. Tunatafuta kuelewa:

1. **Utu wa Yesu Kristo**: Je, Yesu alikuwa mwanadamu wa kawaida tu, nabii, au Mungu aliyejidhihirisha katika mwili wa mwanadamu?
2. **Sifa za Allah**: Je, Allah anawasilishwa vipi katika Quran, na ni jinsi gani sifa zake zinafanana au kutofautiana na sifa za Yesu?
3. **Ujumbe wa Wokovu**: Kwa nini Yesu anachukuliwa kuwa njia ya pekee ya wokovu? Je, Allah anatoa wokovu wa aina gani?
4. **Uhusiano wa Kibinadamu na Mungu**: Yesu na Allah wanawasilisha njia zipi za wanadamu kumkaribia Mungu?

Njia ya Kuchunguza

Katika kitabu hiki, tutatumia maandiko ya Biblia na Quran, pamoja na rejea kutoka historia ya kidini na maarifa ya kitheolojia, kuchambua hoja hizi. Tutapitia vifungu vya Biblia vinavyoelezea maisha na mafundisho ya Yesu, pamoja na vifungu vya Quran vinavyomzungumzia Yesu kama Nabii wa Mungu na Allah kama mtoa uongozi. Kwa njia hii, tunaamini kila msomaji atapata nafasi ya kujitafakari na kuelewa vyema msingi wa hoja zinazoangaziwa.

Kwa Nini Hili Ni Jambo Muhimu?

Maswali kuhusu Yesu na Allah si mapya. Yanatufanya tujiulize maswali makubwa ya maisha: Tunampatаje Mungu wa kweli? Ni nani anayestahili ibada na heshima zetu? Na tunapoweka maisha yetu mikononi mwa Mungu, tunapataje uhakika wa wokovu wa milele? Yesu alisema, *"Mimi ndimi njia, na kweli, na uzima; mtu haji kwa Baba, ila kwa njia ya mimi."* (Yohana 14:6). Je, kauli hii inatoa changamoto gani kwa dhana ya Allah kama inavyofundishwa kwenye Quran?

Kitabu hiki kinatoa nafasi ya kujadili masuala haya kwa ujasiri, uaminifu, na kwa msingi wa maandiko. Tunakualika ujiunge nasi katika safari hii ya kiroho, ili kugundua ukweli uliojaa neema, hekima, na wokovu wa milele.

Karibu katika uchunguzi huu wa kina!

KUHUSU MWANDISHI

Nawasalimu wasomaji wote kwa jina la Bwana wetu Yesu Kristo alie hai. Kitabu hiki kilicho mikononi mwako hivi sasa ni juhudi ya miaka mingi sana ya Dk. Maxwell Shimba na Shimba Theological Institute ya huko New York, Amerika ya Kaskazini. Kama lilivyo jina la Kitabu ndivyo ulivyo ujumbe wenyewe ambao mwanachuoni huyu mahiri kabisa anayefafanua Biblia ni Borah Kuliko Quran ni mtu aliyebobea katika fani zote ambazo mfasiri (Mfafanuzi) anatakiwa awe nazo. Mtumwa wa Yesu Kristo Dk. Maxwell Shimba ameonesha cheche zake katika vitabu vingi alivyoviandika katika maudhui mbalimbali na hivyo kujipatia wasomaji wengi sana.

Msomi huyu, mwenye fikra huru na anayetetea kile anachokiamini, ni mtu mwenye mawazo mapana na kuyaangalia mambo kwa undani sana, kipaumbele chake ni katika maslahi ya umma huu na amejaribu sana kwenda na wakati. Sifa kubwa ya pekee ya mwanachuoni huyu ni kuwa yeye hakujihusisha sana na kung'ang'ania madhehebu fulani tu, labda hii yatokana na wadhifa wake wa ukadhi

"Restorative Justice" aliokuwa nao katika nchi ya Marekani ambayo ina madhehebu mengi, ambapo suala la madhehebu ni nyeti nchini humo, hata hivyo yeye aliweza kuamua matatizo ya watu kwenye ofisi yake kulingana na madhehebu yao pale walipomwendea, hiyo ilmsaidia sana hata.

Jambo lililotupa msukumo kutafsiri kitabu hiki kwa lugha ya kiswahili ni zile faida nyingi atakazozipata msomaji na kujua mambo mengi na ya ajabu yaliyo mapya kwake ambayo si rahisi kuyapata kwa waandishi wengine.

Msomaji atapata faida katika fani za Injili ya Bwana Yesu Kristo, Sayansi, Siasa, Historia, Mashairi, visa vizuri, na Saikolojia miongoni mwa mengine; ndiyo maana msomaji atashangaa kidogo anaposoma Kitabu Hiki atakapoona mwandishi amewataja na kuwanukuu watu kama kina Mtume Muhammad, Isa Bin Maryam, Mfalme Constantine, wanasayansi na wengineo, hali inayoifanya kitabu hiki kuwa ni cha kipekee kabisa. Mtindo alioutumia mwandishi ni sahali uliokusudiwa watu wa tabaka mbalimbali, wanavyuoni na watu wa kawaida.

Ruhusa imetolewa kwa yeyote anaetaka kukichapisha upya kitabu hiki kwa sharti tu kwamba asibadilishe chochote bila ya kutujulisha, na atutumie nakala moja baada ya kukichapisha. Nia yetu ni kukigawanya kitabu hiki bure lakini tumelazimika kukiuza kwa bei nafuu ili kurudisha gharama za uchapishaji. Mwisho, shukrani kubwa iwaendee bila ya kuwataja watu waliojitolea usiku na mchana, jopo la wafasiri, wahariri, wachapaji, waliotupa moyo na kutoa maoni yao na walioisimamia ili kuhakikisha kwamba kitabu kimemfikia msomaji. Mchapishaji.

Kutokana na maombi mengi ya wasomaji wetu wa Kiswahili, ambao ni wa madhehebu mbalimbali ya Wakristo walioko Afrika Mashariki na Kati, Amerika ya Kusini na

Kaskazini, Uarabuni na hata nchi za Ulaya, tumeonelea kukichapisha Kitabu hiki ili kupunguza kiu yao kama si kuiondoa kabisa. Uzuri wa chapa hii ni utaratibu uliotumika, ambapo baada ya Aya kufasiriwa, maelezo yake yanapatikana moja kwa moja chini yake bila ya kwenda kwenye ukurasa mwingine, na utaratibu huu ndio utakaotumika katika chapa zote zitakazofuata.

Hatuna budi kuwashukuru wote waliotumia wakati na akili zao katika kufanikisha lengo hili adhimu, bila ya kuwasahau wafadhili na wasimamizi wetu. Mwenyezi Mungu awalipe kheri nyingi. Vilevile tunawashukuru sana wasomaji wetu amabao waliotukosoa, hivyo kuchangia, kwa kiasi kikubwa, kuisahisha chapa hii. Na tunawaomba waendelee kufanya hivyo.

DIBAJI

Mimi nimetunga mfululizo wa vitabu vidogo vidogo katika itikadi na misingi yake. Nimevitunga kulingana na mfumo na mantiki ya kizazi cha kisasa, ambacho hakiamini kitu ila kile kinachokitaka na chenye kuafikiana na malezi yake na maendeleo yake.

Kuandika juu ya karatasi tu, sio sharti la kufaulu katika kitu chochote; isipokuwa kufaulu ni kumridhisha na kumpendeza msomaji kile atakachokisoma. Msomaji naye hawezi kuridhia kitabu chochote, isipokuwa kiwe kwa ajili yake na sio kwa ajili ya mwandishi. Na-huko kuridhia kunampa nguvu mwandishi kuendelea. Hapo ndipo msomaji na mwandishi wanapoathiriana. Kwa vyovyote ilivyo, kuenea kwa mfululizo huo wa vitabu vidogo vidogo na majarida kumenipa nguvu ya kutunga vitabu vikubwa na vipana; kama vile: Roho Mtakatifu, Yesu ni Mungu, Allah sio Yehova, Mungu wa Kweli, Yesu ndani ya Qur'an, Yesu sio Isa Bin Maryam n.k. Vitabu hivi vinapatikana katika lugha mbali mbali ikiwepo ya Kiingereza, Kispanishi, na Kifaransa.

Mwenyezi Mungu naye akavifanyia vitabu hivi kama alivyofanyia vile vingine.

Kwa hivyo basi, nitaendelea kuandika na kuwa na ndoto ya kutimia na kufaulu mpaka kufa. Yesu yeye peke yake ndiye ambaye atasimamisha nishati yangu. Nami nitaendelea kutoa juhudi zangu muda wote wa uzima wangu.

Kizazi cha kisasa Kila kitu kina sababu ya kutokea kwake, ni sawa kiwe ni cha kimaumbile, kama vile tufani na tetemeko; au cha kijamii, kama vile ujinga na ufukara; au kiwe ni katika mambo ya moyoni, kama vile imani na kufuru. Hakuna kitu chochote kinachotokea kwa sadfa bila ya sababu yoyote, au bila ya mipangilio yoyote. Nitayafafanua maelezo haya kwa swali na jibu lifuatalo:

Mhubiri Mlango wa 3: 1 Kwa kila jambo kuna majira yake, Na wakati kwa kila kusudi chini ya mbingu.2 Wakati wa kuzaliwa, na wakati wa kufa; Wakati wa kupanda, na wakati wa kung'oa yaliyopandwa;3 Wakati wa kuua, na wakati wa kupoza; Wakati wa kubomoa, na wakati wa kujenga;4 Wakati wa kulia, na wakati wa kucheka; Wakati wa kuomboleza, na wakati wa kucheza;5 Wakati wa kutupa mawe, na wakati wa kukusanya mawe; Wakati wa kukumbatia, na wakati wa kutokumbatia;6 Wakati wa kutafuta, na wakati wa kupoteza; Wakati wa kuweka, na wakati wa kutupa;7 Wakati wa kurarua, na wakati wa kushona;Wakati wa kunyamaza, na wakati wa kunena;8 Wakati wa kupenda, na wakati wa kuchukia; Wakati wa vita, na wakati wa amani.9 Je! Mtendaji anayo faida gani katika yale anayojishughulisha nayo?

Kwa nini kizazi cha sasa hakijishughulishi na misimamo ya kiimani na kidini kama kilivyokuwa kizazi kilichopita? Vijana wengi wa kileo wameachana na ibada na mazingira ya kidini; bali imekuwa uzito sana kwao kusikiliza mafundisho, mahubiri, na nasaha za kidini; hata msimamo mzuri wa kiutu - kama udugu, usawa, amani, kusaidiana, ukweli na uadilifu - haumo katika nyoyo zao kabisa.

Inapotokea kuuzungumzia basi wanauzungumzia katika ndimi zao tu, sio katika nyoyo zao; ila ikiwa kuna manufaa ya kibinafsi.

Na kazi ambayo tunaiweza kuifanya, nionavyo mimi,ni:

Kwanza: Tuitilie mkazo dini katika mashule, hasa Biblia, kuisoma, kuihifadhi na kuifasiri. Kwani hiyo ndiyo msingi. Kama wasimamizi wakikataa kufundisha dini katika mashule na watakataa tu, basi ni juu yetu kuanzisha Shule za kibinafsi kwa ajili ya lengo hilo tu. Tuanzishe Shule hizi kutokana na mamillioni yanayotolewa sabili kwa wanavyuoni wakubwa na wengine Wala sijui kama kuna kazi nyingine bora zaidi ya kutumia pesa hizo kuliko kufufua na kuyaeneza mafundisho ya dini.

Pili: Kila mmoja katika watu wa dini atekeleza wajibu wake kwa ikhlasi, baada ya kujiandaa kuwa kiongozi mwenye mwamko, anayejua namna ya kuwakinaisha vijana, kuwa dini ndio chimbuko la msimamo ulio sawa, ambalo litawapa maisha mema zaidi.

Tatu: Kuufafanua uhakika wa dini, kuufanya mwepesi kufahamika na kuutangaza kwa vitabu, hotuba, makala na matoleo kadhaa. Tumthibitishie mjinga na mwenye shaka kuwavuta kwenye Ukristo kwa kutumia Biblia Takatifu. Yesu anatosheleza kabisa mahitaji ya mwanadamu ya kiroho na ya kimaada; na unaweza kutatua matatizo yake; na kwamba una lengo la kumfanya afaulu katika dunia yake na akhera yake.

Yesu Kristo awabariki sana.
Dr. Maxwell Shimba
Shimba Theological Institute

SEHEMU YA 01

JE, KUNA MSAMAHA WA DHAMBI KWENYE UISLAMU?

Kwa ufupi, jibu la swali hili ni "HAPANA." Ikiwa jibu hili linakushangaza, tunakuhimiza kwa dhati usome makala hii kwa makini. Tafadhali pitia ukweli uliotolewa kabla ya kutoa hukumu yoyote ya kibinafsi inayopingana na haya. Makala hii ni muhimu sana hasa kwa Waislamu. Ikiwa wewe ni Mwislamu, ni muhimu sana ufikirie kwa makini taarifa zilizotolewa hapa. Wokovu wako wa milele unategemea sana jinsi unavyoitikia ukweli muhimu unaofichuliwa hapa kuhusu Uislamu. Makala hii inahusu wewe. Je, Allah anakusamehe dhambi kweli?

Hata hivyo, makala hii pia ni muhimu kwa Wakristo ambao wana shauku kubwa ya kushirikisha Injili na Waislamu. Njia gani bora ya kuanza kuliko kujadili suala la msamaha wa Mungu na Waislamu? Leo hii, Waislamu wanahamia nchi za Magharibi kwa idadi isiyo ya kawaida. Wengi wao wanatoka katika nchi ambako kazi ya wamisionari Wakristo ni marufuku au imezuiwa vikali. Kwa hivyo, Mungu amefungua mlango mpana wa fursa kwa Wakristo kuwashuhudia Waislamu katika ardhi zao wenyewe.

Neno "kusamehe" ni mojawapo ya maneno yanayoonyesha upendo zaidi katika uhusiano kati ya pande mbili. Ingawa kimsingi linamaanisha kusamehe au kufuta deni, linaenda mbali zaidi ya hapo. Ni uthibitisho wa upendo. Tunapofanya dhambi dhidi ya Muumba wetu, tunatafuta msamaha wake ili kurejesha uhusiano wetu naye. Msamaha haupewi kwa sababu mtu anastahili kusamehewa. Badala yake, ni tendo la upendo, huruma, na neema kutoka kwa Mungu. Kile kitakachothibitishwa katika makala hii ni ukweli wa kushangaza kwamba Allah hasamehi dhambi – hata dhambi moja inayofanywa dhidi yake.

Kwa mujibu wa Qur'an, Allah anateua malaika wawili kwa kila mtu. Kazi ya malaika hawa ni kurekodi matendo ya kila mtu wakati wa maisha yao hapa duniani. Malaika hawa wanajulikana katika Qur'an kama "Kiraman Katibin," maana yake ni "Waandishi Waheshimiwa" au "Warekodi Waheshimiwa."

Surah 82:10-12: "Lakini unapaswa kujua kwamba kuna walinzi wa malaika wanaokuangalia na waandishi hawa waheshimiwa wanajua kila unachokifanya." (Muhammad Sarwar)

Malaika hawa wanahakikisha hawakosi maelezo yoyote. Wanajua "kila unachofanya." Kwa mujibu wa Hadith, malaika hawa watafuatana na mtu ambaye wamepewa – mmoja ameketi kwenye bega la kulia na mwingine kwenye bega la kushoto. Kwa hivyo, wanaweza kurekodi kwa usahihi matendo yote ya mtu huyo. Qur'an inathibitisha hili katika aya zifuatazo:

Surah 50:17-18: "Na malaika wawili wanaorekodi wakiwa wamekaa kulia na kushoto: kila neno analotamka linarekodiwa na mlinzi makini." (W. Khan)

Malaika wa kulia huandika matendo mema ya mtu, wakati yule wa kushoto huandika matendo mabaya. Kinachopaswa kutuvutia ni jinsi rekodi za malaika hawa zinavyoathiri hali ya mtu huyo Siku ya Hukumu. Siku ya Hukumu, malaika watamwasilisha Allah rekodi zilizoandikwa za kila mtu aliyewahi kuwepo duniani tangu mwanzo wa uumbaji wa wanadamu. Kisha, Allah ataamua hatima ya milele ya kila mtu kulingana na rekodi zilizotolewa na malaika hawa. Hatima yao itakuwa kulingana na matendo waliyoyafanya wakati wa maisha yao duniani. Ikiwa wana alama nzuri zaidi kuliko mbaya, watazawadiwa kuingia Peponi. Kwa upande mwingine, kuwa na alama mbaya zaidi kunamaanisha milele katika Moto wa Jahannamu wa Kiislamu.

MIZANI YA ALLAH

Kusudi la Allah kupima matendo ni kuamua hatima ya milele ya mtu huyo. Hofu kubwa ya kila Mwislamu ni jinsi "Mizani ya Allah" itakavyopendelea upande wake Siku ya Hukumu. Kutegemea matokeo, "Mizani ya Allah" itaamua ama kuokolewa au kuangamia kwa mtu huyo:

Surah 21:47: "Na tutazisimamisha mizani ya haki Siku ya Kiyama. Hapatakuwa na dhuluma kwa yeyote, hata chembe ya haradali ya matendo yao itakaguliwa. Na sisi tunatosha kuwa wahukumu wa haki." (Al-Muntakhab)

Aya hii ya Qur'an inaeleza kwamba Allah atapima "kila tendo, jema au baya" Siku ya Hukumu. Ukweli kwamba Allah anaweza kupima "kila tendo" la mtu ni ushahidi usiopingika kwamba hajayasahau wala kusamehe dhambi za mtu huyo. Zaidi ya hayo, kwa kuwa nia pekee ya kuweka rekodi ya kina ya dhambi za mtu ni kutoa hukumu, inaonyesha kwamba dhambi za Waislamu hazijasamehewa wala kusahauliwa na

Allah. Hata dhambi za Waislamu wacha Mungu haziondolewi.

"Mizani ya Allah" inajulikana kama "Mizan" katika istilahi za Kiislamu. Inapanga hatima ya milele ya kila mtu. Hakuna dhambi itakayopitishwa. Hata dhambi ambazo mwenye dhambi amezitubia kwa dhati zitachukuliwa Siku ya Hukumu, na dhambi hizo zitawekwa kwenye "Mizani ya Allah." Hii inamaanisha kwamba kwa kweli mwenye dhambi hajasamehewa. Wokovu wa mwenye dhambi sasa unategemea sana uzito wa matendo yake mema. Naam, hata dhambi "ndogo kama chembe ya haradali" haitasamehewa bali itahesabiwa na Allah Siku ya Hukumu. Tafadhali soma aya zifuatazo za Qur'an kwa makini:

Surah 101:6-11: "Na ama yule ambaye mizani yake ni nzito, atakuwa na maisha ya raha. Lakini yule ambaye mizani yake ni nyepesi, Jahannamu itakuwa makazi yake. Na nini kitakachokufahamisha nini hicho? Ni Moto unaowaka." (Sher Ali)

Jambo la muhimu kwa Waislamu kuelewa ni kwamba Allah hasamehe dhambi. Ukweli kwamba dhambi zote zilizofanywa hapo awali zinaathiri matokeo ya hatima ya Mwislamu ahera ni uthibitisho kwamba Allah hajayasahau wala kusamehe dhambi zake. Matarajio pekee yaliyobaki kwa Mwislamu ni kutumaini kwa bidii kwamba matendo yake mema yatapita mabaya. Hii inathibitishwa zaidi katika aya zifuatazo za Qur'an:

Surah 7:8-9: "Na siku hiyo mizani itakuwa ya kweli na ya haki. Wale ambao mizani yao ya matendo mema ni nzito, hao ndio watakaofanikiwa. Na wale ambao mizani yao ya matendo mema ni nyepesi, hao ndio waliozidhulumu nafsi zao kwa kuyakataa kwa makusudi mafunzo yetu." (Abdel Haleem)

Kwa hivyo, Mwislamu lazima awe na angalau asilimia 51 ya matendo mema ili kuingia Peponi. Kinyume chake, ikiwa matendo yake mabaya yatazidi kwa kiwango kidogo tu, Allah atamtupa kwenye Jahannamu ya Kiislamu. Unahitaji kuwa mtaalamu wa hesabu kuwa Mwislamu. Bila msamaha wa kweli, njia pekee ya Mwislamu kushinda hukumu hasi ya Allah ni kupitia jitihada zake binafsi – kwa kufanya matendo mema. Na matendo hayo mema lazima yazidi mabaya. Kwa kuzingatia hali ya dhambi ya wanadamu, Waislamu waaminifu watakubali kwamba hili si jambo rahisi kutekeleza. Katika kueleza hukumu ya mwisho ya Allah juu ya wanadamu, Qur'an inasema yafuatayo:

Surah 99:6-8: "Siku hiyo watu watatoka makundi kwa makundi ili waonyeshwe matendo yao. Hivyo basi, yeyote atakayefanya jema lenye uzito wa chembe, atauona. Na yeyote atakaycfanya baya lcnyc uzito wa chembe, atauona." (Hilali-Khan)

Je, aya hizi za Qur'an zinakupa taswira kwamba Allah amekusamehe dhambi zako? Je, Mwislamu yeyote anaweza kusema kwa ujasiri kwamba ana uhakika wa wokovu wake? Mwislamu wa kawaida anawezaje kuwa na uhakika huu wakati Muhammad mwenyewe hana uhakika kuhusu wokovu wake? Soma ungamo lake katika aya ifuatayo ya Qur'an:

Surah 46:9: "Sema: Mimi si kitu kipya kati ya Mitume wa Allah, wala sijui nini kitakachofanywa kwangu au kwenu. Mimi si kingine ila ni kufuata kinachonihamasisha, nami si chochote isipokuwa mjumbe wa onyo la wazi." (Pickthall)

Sahih Bukhari, Juzuu ya 5, Kitabu cha 58, Namba 266:

Imepokelewa na 'Um al-'Ala: "Uthman aliugua nami nikamhudumia mpaka alipofariki, na tukamfunika kwa mavazi yake. Kisha Nabii akaja kwetu nami (nikizungumza na maiti) nikasema, 'Ewe Abu As-Sa'ib, rehema za Allah ziwe juu yako! Nashuhudia kwamba Allah amekuheshimu.' Kwa hilo Nabii alisema, 'Unajuaje kwamba Allah amemheshimu?' Nilijibu, 'Sijui. Baba yangu na mama yangu wawe kafara kwako, Ewe Mtume wa Allah! Lakini nani anayestahili hilo (ikiwa si Uthman)?' Akasema, 'Kwa yeye, kwa Allah, kifo kimemshinda, nami natumaini bora kwake. Kwa Allah, ingawa mimi ni Mtume wa Allah, bado sijui Allah atakachonifanyia.'"

Nabii wa Uislamu anakiri wazi mbele ya wafuasi wake kwamba hana uhakika kama Allah atamtuma Peponi au Motoni. Muhammad hajui matokeo ya hatima yake ya mwisho. Kabla hatujaendelea, ni muhimu kutambua kwamba wazo la Allah la kupima matendo mema dhidi ya mabaya linaweza kutumiwa vibaya kwa urahisi. Kwa mfano, Mwislamu anaweza tu kufanya dhambi na kwa ujanja kufidia kwa kufanya matendo mema. Je, hii haiwezi kuwa dhihaka ya haki ya kimungu? Je, hii haitawapa Waislamu ruhusa ya kutenda dhambi? Na hili ndilo hasa Muhammad alilowafundisha wafuasi wake kufanya.

Hadithi 40 za Imam Nawawi, Hadithi Namba 18: Kufuatilia Tendo Baya kwa Tendo Jema

Abû Dharr al-Ghifârî na Mu`âdh b. Jabal walieleza kwamba Nabii (rehma na amani ya Allah ziwe juu yake) alisema: "Muogope Allah popote ulipo. Fuatilia tendo baya kwa tendo jema, nalo litaifuta. Na ushughulike na watu kwa tabia njema." (Sunan al-Tirmidhî)

Je, hii siyo himizo la kutenda dhambi? Waislamu wanapenda hadithi hii. Jambo jingine muhimu la kuzingatia ni kwamba ingawa Allah anafafanuliwa kama Mwenye Huruma na Mwenye Rehema katika Qur'an, Masahaba wa awali wa Muhammad waliokuwa na maarifa ya moja kwa moja ya Uislamu walimtilia shaka Allah. Kinachopaswa kuwatia wasiwasi zaidi Waislamu ni kwamba kutokuwa na imani huku kulionekana hata miongoni mwa Walinzi wa imani ya Kiislamu – Makhalifa wenyewe.

"Makhalifa wa Mtume" na Khalid Muhammad Khalid, uk. 70:

Khalifa Abu-Bakr Al-Sadik alisema: "Sina imani kabisa juu ya mipango ya Allah, hata kama mguu wangu mmoja uko ndani ya Peponi. Nani anaweza kuamua ni tendo gani linakubalika na lipi siyo? Unafanya kila uwezalo, na hesabu iko kwa Allah. Unamuomba Yeye akubali."

Abu Bakr alikuwa Khalifa wa kwanza wa Uislamu. Alikuwa Sahaba wa karibu wa Muhammad na Mlinzi wa imani ya Kiislamu. Anatambuliwa katika Uislamu kama "Khalifa Aliyeongoka" (Rashidun). Kwa Khalifa wa kwanza wa Uislamu kuonyesha kutokuamini huku kwa kiwango kikubwa kwa Allah kunaonyesha kwamba lazima kuna kitu kuhusu tabia ya Allah kinachomfanya asiaminike? Muhimu zaidi, hadithi hii inaonyesha kutokuwa na uhakika wa wokovu katika Uislamu. Fikiria, Mlinzi mwenyewe wa imani ya Kiislamu hajui ni matendo yapi yatakayokubalika na Allah na yapi hayatakubalika. Kila mara kuna sharti fulani katika Uislamu. Ingawa matendo mema yanahesabika, bado inategemea Allah kuyafanya yahesabiwe.

Kwa waabudu wa kweli wa Yehova, hawana hofu kama hiyo kuhusu wokovu wao.

Isaya 12:2: "Tazama! Mungu ndiye wokovu wangu. Nitamwamini wala sitaogopa. Kwa maana Yehova, naam, Yehova ndiye nguvu yangu na wimbo wangu, naye akawa wokovu wangu."

Kwa Waislamu kufikia wokovu wa kweli, lazima wamgeukie Yehova – Mungu wa Wokovu.

HATIMA YA ALLAH YA MOTO WA JAHANNAM

Bila shaka, Waislamu watakanusha kila kitu kilichoelezwa hapa na kudai kwamba kuna msamaha katika Uislamu. Wanaweza hata kuonyesha aya za Qur'an zinazozungumzia msamaha wa Allah. Kwa kuwa Qur'an imejaa mafundisho yanayokinzana, hatupaswi kushangazwa na mchezo huu wa udanganyifu unaochezwa na watetezi wa Uislamu. Usipotoshwe. Hebu fikiria, kama kweli kuna msamaha wa kweli katika Uislamu, je, ingekuwa muhimu kwa Waislamu kufuatilia matendo yao ya dhambi kwa matendo mema ili kufidia dhambi zao? Na hili ndilo hasa Muhammad alilowafundisha wafuasi wake. Alisema: *"Fuatilia tendo baya kwa tendo jema, nalo litaifuta."* Kwa hivyo, inaonekana wazi kwamba si msamaha wa Allah unaofidia dhambi za Waislamu bali ni kufidia dhambi zao kwa matendo mema.

Siyo tu kwamba Waislamu wanajidanganya wenyewe, bali pia wanakinzana na mafundisho ya Allah wanaposema kwamba kuna msamaha wa kweli katika Uislamu. Inawezekanaje kuwa na msamaha wa kweli wakati Qur'an inafundisha wazi kwamba kila Mwislamu "atachukuliwa Jahannamu" mara baada ya kifo chake? Kama inavyotarajiwa, hili linaweza kuwa mshtuko kwa Waislamu wengi wasiojua undani wa dini yao. Kwa mujibu wa Hadithi iliyo sahihi zaidi ulimwenguni mwa Kiislamu na inayothibitishwa na aya ya Qur'an, Muhammad yupo Jahannamu pamoja na wafuasi wake wacha Mungu waliokufa. Hata hivyo, kinachopaswa kuwatia wasiwasi zaidi Waislamu wa leo ni kwamba hatima hiyo hiyo inawasubiri. Je, ina maana yoyote kwamba kila Mwislamu apate aina hii kali ya adhabu ikiwa dhambi zao zimesamehewa kweli? Sasa tutaangalia ushahidi kutoka Qur'an na vyanzo vya Kiislamu vilivyo sahihi.

Sahih Bukhari, Juzuu ya 1, Kitabu cha 12, Nambari 770:

Imepokelewa kutoka kwa Abu Huraira: Watu walisema, "Ewe Mtume wa Allah! Je, tutamwona Mola wetu Siku ya Kiyama?" Akajibu, "Je, mna shaka yoyote ya kuiona mwezi kamili usiku wa anga la wazi (lisilo na mawingu)?" Wakasema, "Hapana, ewe Mtume wa Allah!" Akasema, "Je, mna shaka yoyote ya kuiona jua wakati hakuna mawingu?" Walisema hapana. Akasema, "Mtamwona Allah (Mola wenu) kwa njia hiyo hiyo.

Siku ya Kiyama, watu watakusanywa, na Allah atawaamuru watu kufuata kile walichokuwa wakiabudu. Hivyo, baadhi yao watafuata jua, baadhi watafuata mwezi, na baadhi watafuata miungu mingine; na ni taifa hili pekee (Waislamu) litakalobaki pamoja na wanafiki wake. Allah atawajia na kusema, 'Mimi ni Mola wenu.' Watasema, 'Tutakaa mahali hapa mpaka Mola wetu atakapokuja kwetu, na tutamtambua.'

Kisha Allah atawajia tena na kusema, 'Mimi ni Mola wenu.' Watasema, 'Wewe ndiye Mola wetu.' Allah atawaita, na **As-Sirat** (daraja) litawekwa juu ya Jahannamu, nami (Muhammad) nitakuwa wa kwanza miongoni mwa Mitume kuvuka pamoja na wafuasi wangu. Hakuna mtu isipokuwa Mitume atakayeweza kuzungumza wakati huo, na watasema, 'Ewe Allah! Tuokoe. Ewe Allah Tuokoe.'

Kutakuwa na ndoano kama miiba ya Sa'dan huko Jahannamu. Je, mmeona miiba ya Sa'dan?" Watu wakasema, "Ndiyo." Akasema, "Ndoano hizi zitakuwa kama miiba ya Sa'dan lakini hakuna mtu isipokuwa Allah anayejua ukubwa wake, na zitawakamata watu kulingana na matendo yao; baadhi yao wataanguka na kubaki Jahannamu milele; wengine wataadhibiwa (kwa kuchanwa vipande vidogo) na kisha watatolewa Jahannamu, mpaka pale Allah atakapoamua kuwarehemu wale anaowapenda miongoni mwa watu wa Jahannamu. Allah atawaamuru malaika kuwatoa Jahannamu wale waliomwabudu Yeye peke yake. Malaika watawatambua kwa alama za sijida, kwa kuwa Allah ameikataza moto wa Jahannamu kula alama hizo. Hivyo watatoka Jahannamu wakiwa mifupa mitupu. Maji ya Uzima yatamwagwa juu yao, na kutokana na hilo wataota kama mbegu zinazoota kando ya mto wa maji yanayotiririka..."

Wengi wanaosoma simulizi hili wanaweza kuliona la kushangaza. Hata kama ni la kushangaza, bado linatokana na mafundisho ya kweli ya Uislamu. Hakuna utata wowote katika maana ya Hadithi hii. Kwa mujibu wa mafundisho ya wazi ya Hadithi hii, Muhammad alishuka moja kwa moja Jahannamu baada ya kifo chake. Hakuinuka kwenda kwenye Pepo ya mbinguni kama Waislamu wanavyodai. Hivi sasa, Muhammad yupo Jahannamu akisubiri kuokolewa na Allah. Na simulizi linaendelea kueleza kwamba "daraja" linalojulikana kama **As-Sirat** litawekwa juu ya Jahannamu kwa wacha Mungu kutoroka huko Siku ya Kiyama. Na Hadithi inasema wazi kwamba Muhammad atakuwa miongoni mwa "wa kwanza kuvuka" pamoja na wafuasi wake. Kwa kuwa "daraja" limewekwa juu ya Jahannamu, Muhammad lazima awe Jahannamu ili kutumia daraja hilo kuondoka huko.

"Siku ya Kiyama" au "Qiyamah" inahusu "Wakati wa Mwisho." Hii inamaanisha kwamba hata sasa unapoisoma makala hii, Muhammad yupo Jahannamu akisubiri kuokolewa. Hata Waislamu wacha Mungu wanaosali mara kwa mara watateketezwa na moto wa Jahannamu, na kile kitakachobaki tu ni "alama za sijida zao" ambazo hazitaguswa. Hadithi inaonyesha wazi kwamba miili ya Waislamu walio Jahannamu itateketezwa na moto. Na inasema: *"Wakati huo – Siku ya Kiyama – watatoka Motoni wakiwa mifupa mitupu."* Kwa kufuata mafundisho ya Hadithi hii, Qur'an inathibitisha kwamba Waislamu wote – kila mmoja wao – "watachukuliwa Jahannamu."

Surah 19:71: "Ni amri isiyoepukika ya Mola wako kwamba kila mmoja wenu atachukuliwa Jahannamu." (Sarwar) **"Hakuna hata mmoja wenu ambaye hatapita mipakani mwa Jahannamu."** (Dawood)

Sasa, ni Waislamu wangapi Allah hatimaye "atawatoa Jahannamu" Siku ya Kiyama? Jumla ya idadi ya Waislamu wote waliowahi kuishi tangu mwanzo wa Uislamu hadi wakati wa mwisho itafikia mabilioni. Hata hivyo, ni *"elfu sabini"* tu watakaookolewa. Wengine – mabilioni ya Waislamu – watabaki Jahannamu. Hili halitoi tumaini kubwa kwa Waislamu, sivyo? Sisi siyo tunaosema haya. Habari hii ya kushangaza kwa Waislamu inatoka kwa Nabii wao mpendwa.

Sahih Bukhari, Juzuu ya 8, Kitabu cha 76, Nambari 550:

Imepokelewa kutoka kwa Abu Huraira: Nilimsikia Mtume wa Allah akisema, *"Kutoka kwa wafuasi wangu, kutakuwepo na kundi, elfu sabini kwa idadi, ambao nyuso zao zitang'aa kama mwezi unavyong'aa unapokuwa kamili."*

Mwislamu yeyote anayebishana juu ya idadi hii atakuwa anamwita Muhammad mwongo. Zaidi ya hayo, kwa mujibu wa Muhammad, Uislamu utagawanyika katika madhehebu sabini na tatu. Na ni dhehebu moja tu litakalookolewa wakati madhehebu mengine sabini na mawili yataachwa Jahannamu.

Sunan Ibn Majah, Hadithi Na. 3982:

Mtume wa Allah, rehma na baraka za Allah ziwe juu yake, alisema: *"Kwa Yule ambaye nafsi ya Muhammad iko mikononi mwake, Ummah wangu utagawanyika katika madhehebu sabini na tatu, moja kati yao litakuwa Peponi na sabini na mbili zitakuwa Motoni."* Maswahaba waliuliza, "Ni lipi dhehebu lililookolewa?" Mtume Mtakatifu alijibu, *"al-Jamaah."*

Hii inaonyesha kwamba wengi wa Waislamu watabaki Jahannamu. Waislamu wengi hufuata tu dhehebu la wazazi wao. Ikiwa wewe ni Mwislamu, unajuaje kwamba familia uliyozaliwa nayo ni wafuasi wa dhehebu sahihi? Kwa hakika nafasi haziko upande wako. Je, unaweza kwa uaminifu kutofautisha kati ya madhehebu haya sabini na tatu? Ni nini kinachotofautisha madhehebu haya sabini na tatu kila moja kutoka kwa lingine? Ikiwa huwezi kutambua tofauti kati ya kila moja yao, utawezaje kujua ni lipi kati yao lililo sahihi?

Tatizo kwa Waislamu ni kwamba kila dhehebu linadai kuwa "dhehebu lililookolewa."

Ikumbukwe kwamba hata wale wanaosemekana kuwa wameokolewa waliwahi kuwekwa katika moto wa Jahannamu ya Allah kwa miaka isiyohesabika kabla ya kuokolewa kwao. Kwa hivyo, hakuna njia ya kuepuka Jahannamu hata kwa Waislamu wacha Mungu. Njia ya wokovu haiwezi kupatikana katika njia inayokupeleka Jahannamu, hata kwa muda mfupi.

MAAMUZI YA KIMAPEMA NA MSAMAHA

Sababu nyingine yenye nguvu inayoonyesha kwamba dhana ya msamaha ni dhihaka katika Uislamu ni mafundisho ya Maamuzi ya Kimapema (Predestination) katika Uislamu. Kwa mujibu wa Qur'an, Allah anaamua kila kitu mapema:

Surah 57:22: "Hakuna ubaya wowote unaotokea ardhini au katika nafsi zenu, ila tayari uko katika kitabu kabla hatujauleta katika uwepo; hakika hilo ni rahisi kwa Allah." (Shakir)

Ingawa inaweza kuonekana kushangaza, hata hatima ya kila mtu mmoja mmoja imepangwa na Allah. Allah anaamua mapema ni nani atakayesamehewa na ni nani atakayehukumiwa. Ni wale tu waliowekwa mapema kupata wokovu na Allah watakaookolewa:

Surah 76:29-30: "Hii ni ukumbusho; kwa hivyo yeyote anayependa, achukue njia ya kwenda kwa Mola wake. Hata hivyo, hamwezi kupenda, isipokuwa kama Mungu anapenda. Mungu ni Mjuzi na Mwenye Hekima." (Talal Itani)

Kama tulivyojifunza katika Hadithi hapo juu, ni "elfu sabini" tu kati ya wafuasi wa Muhammad watakaookolewa. Utangazaji wa idadi kamili ya watu ambao wataokolewa ni uthibitisho kwamba ni idadi iliyoamuliwa mapema. "Elfu sabini" ni idadi iliyo kamili sana kwa dhana ya wokovu kwa hiari. Idadi hii iliyo kamili haiwezi kufikirika katika utekelezaji wa wokovu kwa hiari. Hii inaonyesha kwamba Allah ameweka wazi idadi kamili ya watu watakaookolewa kutoka Jahannamu. Ni muhimu kukumbuka kwamba maamuzi ya kimapema ni sharti muhimu katika fundisho la wokovu wa Kiislamu. Tafakari kwa kina maana ya aya zifuatazo za Qur'an. Kwa kuzingatia umuhimu wa aya hizi za Qur'an, tumetoa tafsiri mbili tofauti:

Surah 5:40-41:

"Je, hujui kwamba kwa Allah ni Ufalme wa mbingu na ardhi? Humuadhibu amtakaye, na humsamehe amtakaye. Allah ana uwezo wa kufanya kila kitu..., Yule ambaye Allah amemhukumu kwa dhambi, wewe (kwa juhudi zako) hutaweza kumsaidia dhidi ya Allah. Hao ndio ambao mapenzi ya Allah ni kwamba asitakase mioyo yao. Kwao hapa duniani kuna fedheha, na katika Akhera adhabu kali." (Pickthall)

"Ewe mwanadamu! Je, hujui kwamba mamlaka kamili ya mbingu na ardhi ni ya Allah peke yake? Humtesa amtakaye na kumsamehe ampendaye, na Allah ana nguvu kamili juu ya kila kitu..., Na ikiwa Allah amemhukumu mtu kupotea, basi huna uwezo wowote wa kumzuia Allah. Hao ndio ambao Allah hana nia yoyote ya kutakasa mioyo yao. Kwao kuna fedheha (ya kukufuru) duniani na adhabu kubwa katika Akhera." (Muhammad Tahir-ul-Qadri)

"Yule ambaye Allah amemhukumu kwa dhambi" hawezi kuokolewa – hata na Muhammad. Kwa kufundisha maamuzi ya kimapema, Qur'an imeweka wazi kwamba hatima ya mwisho ya mtu haitegemei mwitikio wake, iwe kwa kupenda au kwa kukataa, kwa mafundisho ya Maandiko au kwa mwongozo wa Manabii. Badala yake, hatima ya mwisho ya mtu "imeamriwa na kupangwa" na Allah. Hii inamaanisha kwamba kwa kweli, hakuna haja ya Maandiko au Manabii. Hali hii ya kushangaza katika Uislamu inathibitishwa katika aya ifuatayo ya Qur'an. Allah anamwuliza Muhammad swali lenye changamoto:

Surah 4:88: "Je, utamwongoza yule ambaye Allah amemhukumu kupotea? Na yule ambaye Allah amemwongoza kupotea hawezi kuongozwa." (Dawood)

Na Qur'an inathibitisha zaidi kwamba ni Allah anayevuvia dhambi kwa mtu:

Surah 91:7-8:

"Naapa kwa nafsi na Yeye aliyeiumba na kuipangilia, na akaiwekea dhambi yake na uchamungu wake." (Qaribullah)

"Naapa kwa Nafsi na Yeye aliyeipa usawa wake, na akaivuvia uovu wake na uchamungu wake." (Rodwell)

Ndiyo! Ni Allah anayevuvia dhambi na uovu kwa mtu. Aya hizi za Qur'an ni za kuharibu sana kiasi kwamba baadhi ya watafsiri wa Qur'an (kama Yusuf Ali na Pickthall) wanajaribu kwa makusudi kuficha maana yake ya kweli kwa kuongeza neno, "maarifa" kwenye aya hizi. Neno la Kiarabu "il'man" ambalo linamaanisha "maarifa" halionekani popote katika aya hizi. Kwa hivyo, wanajaribu kutudanganya kwa kudokeza kwamba Allah alivuvia nafsi "maarifa" ya dhambi na uchamungu. Kiarabu asilia hakiruhusu kuongeza maneno haya. Udanganyifu wao unafichuliwa kwa urahisi na Hadithi ifuatayo. Angalia jinsi **Surah 91:7-8** inavyotafsiriwa kutoka Kiarabu asilia katika Hadithi hii.

Sahih Muslim, Kitabu cha 033, Nambari 6406:

Abu al-Aswad alisimulia kwamba 'Imran bin Husain alimwuliza: "...Ewe Mtume wa Allah, maoni yako ni yapi kuhusu matendo ambayo watu wanafanya duniani na kuyapigania, je, ni jambo lililoamriwa kwao; kitu kilichopangwa mapema kwao na je, hatima yao katika Akhera itaamuliwa kwa ukweli kwamba Manabii wao waliwaletea mafundisho ambayo hawakuyatekeleza, na hivyo wakastahili adhabu? Mtume akajibu: Bila shaka, mambo hutokea kama yalivyoamriwa na hatima iliyopangwa mapema kwao, na mtazamo huu unathibitishwa na aya hii ya Kitabu cha Allah, Mwenye Ukuu na Utukufu: *"Naapa kwa nafsi na Yeye aliyeiumba kwa ukamilifu, kisha akaivuvia dhambi yake na uchamungu wake."* (S.91:7-8).

Waislamu, hili ni mfano dhahiri wa jinsi wasomi wa Kiislamu wanavyowadanganya msijue ukweli. Wanabadilisha wazi maneno ya Allah ili yaonekane kuwa yasiyoudhi. Kwa nini? Je, wanaona aibu kuhusu mafundisho ya Allah? Katika Uislamu, Allah anaamua hatima yako ya mwisho katika Akhera. Kwa wale waliokusudiwa Jahannamu, wameamuliwa mapema na Allah kutenda kwa njia ambayo itawaletea adhabu hiyo. Hawana uwezo wa kubadilisha hatima hiyo. Matendo yote ambayo mtu atafanya yameamuliwa kabla hata hajazaliwa. Hadithi ifuatayo inaonyesha jinsi Allah alivyoamua hatima ya Waislamu wakiwa bado katika tumbo la mama yao.

Sahih Bukhari, Juzuu ya 8, Kitabu cha 77, Nambari 593:

Imepokelewa kutoka kwa 'Abdullah bin Mus'ud: Mtume wa Allah, mkweli na aliyeongozwa kwa wahyi, alisema, *"Kila mmoja wenu anapatikana katika tumbo la mama yake kwa siku arobaini, kisha anageuka kuwa pande la damu kwa kipindi sawa (cha siku arobaini), na kisha anageuka kuwa kipande cha nyama kwa kipindi sawa (cha siku arobaini). Kisha Allah humtuma malaika na kumwagiza aandike mambo manne: Riziki yake, umri wake, na kama atakuwa miongoni mwa wale wenye huzuni au waliobarikiwa katika Akhera. Kisha roho huvuviwa ndani yake. Na kwa Allah, mtu mmoja kati yenu anaweza kufanya matendo ya watu wa Moto hadi pale atakapokuwa umbali wa dhiraa moja au mkono mmoja kutoka kwa Moto, lakini yale yaliyoandikwa ambayo Allah alimwagiza malaika aandike yatatokea, na atafanya matendo ya watu wa Peponi na kuingia humo. Na mtu anaweza kufanya matendo ya watu wa Peponi hadi pale atakapokuwa umbali wa dhiraa moja au mbili kutoka Peponi, kisha yale yaliyoandikwa yatatokea na atafanya matendo ya watu wa Moto na kuingia humo."*

Hebu fikiria, ikiwa mahali pa mwisho pa hatima yako ya milele tayari limeamuliwa na Allah kabla hata hujazaliwa, unaweza basi kubadilisha hatima yako ikiwa umeamuliwa Jahannamu? Kama tunavyoona, Mwislamu hawezi kuchagua kuishi maisha ya uchamungu isipokuwa ameamuliwa mapema na Allah kufanya hivyo. Hali hii inaonyesha kukata tamaa katika Uislamu. Umelaaniwa ikiwa Allah amekulaani.

Kila tendo jema na baya la Mwislamu limepangwa mapema na Allah. Kwa hivyo, je, tendo la msamaha lina maana yoyote halisi katika Uislamu? Je, inaingia akilini kwa Allah kumsamehe mtu wakati Allah mwenyewe ndiye sababu ya dhambi hiyo inayohitaji msamaha? Kama tunavyoona, si msamaha wa Allah unaowaokoa wale wanaookolewa, bali ni maamuzi ya kimapema ya Allah. Kwa kuwa maamuzi ya kimapema yanatupilia mbali uwezekano wa mtu kufanya kazi ya wokovu wake mwenyewe, inathibitisha kwamba Allah anaonyesha upendeleo kwa wale anaowachagua kuwaokoa. Kinyume chake, Biblia inawafundisha Wakristo kufanya yafuatayo:

Wafilipi 2:12: "Endeleeni kufanya kazi ya wokovu wenu wenyewe kwa hofu na kutetemeka."

Sasa tutazingatia Hadithi nyingine ambayo itatupa mwanga zaidi kuhusu mada ya maamuzi ya kimapema katika Uislamu.

Sahih Muslim, Kitabu cha 033, Nambari 6436:

A'isha, mama wa waumini, alisema kwamba Mtume wa Allah (amani iwe juu yake) aliitwa kuongoza sala ya mazishi ya mtoto wa Ansar. Nikasema: "Ewe Mtume wa Allah, kuna furaha kwa mtoto huyu ambaye ni ndege miongoni mwa ndege wa Peponi kwa sababu hakufanya dhambi yoyote wala hajafikia umri wa kufanya dhambi." Akasema: *"A'isha, labda itakuwa kinyume, kwa sababu Mungu aliumba kwa ajili ya Peponi wale waliofaa kwa ajili yake wakiwa bado katika viuno vya baba zao, na aliumba kwa ajili ya Jahannamu wale watakaoingia Jahannamu. Aliwaumba kwa ajili ya Jahannamu wakiwa bado katika viuno vya baba zao."*

Maneno *"wakiwa bado katika viuno vya baba zao"* yanarejelea wakati kabla ya mtoto hata kutungwa mimba. Yanamaanisha wakati kabla ya mtoto kutungwa katika tumbo la mama yake. Kwa hivyo, wale waliokusudiwa Jahannamu wameshuhudiwa adhabu hiyo kabla hata ya kuumbwa katika tumbo la mama yao. Hii inakomesha kabisa matumaini yoyote kwa mtoto huyo kwa sababu mtoto ambaye ameamuliwa Jahannamu kwa kweli ameumbwa kwa ajili ya Jahannamu.

Surah 7:179: "Na hakika, Tumewaumba wengi miongoni mwa majini na wanadamu kwa ajili ya Jahannamu." (Hilali-Khan)

Hadithi ifuatayo inadhuru zaidi Uislamu:

Sahih Muslim, Kitabu cha 033, Nambari 6421:

Abu Huraira alisimulia kwamba Mtume wa Allah alisema: *"Hakika Allah ameweka kiwango maalum cha uzinzi ambacho mwanadamu atashiriki, na ambacho lazima atatenda."*

Je, unaweza kuelewa uovu kamili wa mafundisho haya ya Kiislamu? Je, Mungu mwenye upendo anaweza kwa hiari kuwafanya viumbe wake kutenda dhambi kubwa kama hizo ambazo "kwa lazima lazima watende"? Je, itakuwa haki kuwaadhibu kwa dhambi ambazo yeye mwenyewe aliwaamuru kuzitenda? Je, Mungu kama huyo hataonekana kuwa mkatili na mwovu kiasili? Mafundisho ya maamuzi ya kimapema ni dhihaka kwa dhana ya msamaha wa Mungu. Allah si Mungu wa kweli. Kamwe hawezi kuwa.

Hii ndiyo sababu hatupaswi kushangazwa na asili ya kishetani ya mafundisho yake kama inavyoonyeshwa katika Hadithi ifuatayo:

Sahih Muslim, Kitabu cha 37, Hadithi Nambari 6622:

Sura: Kufutwa kwa dhambi kwa msaada wa kutafuta msamaha kutoka kwa Allah.

Abu Huraira alisimulia kwamba Mtume wa Allah (amani iwe juu yake) alisema: *"Naapa kwa Yule ambaye maisha yangu yako mikononi mwake, kama hamkufanya dhambi, Allah angewafuta kutoka katika uwepo na angewabadilisha kwa watu ambao wangefanya dhambi na kutafuta msamaha kutoka kwa Allah, na angewasamehe."*

Je, tunahitaji kusema zaidi? Je, unaweza kuamini hili? Allah anakiri kwamba atawaangamiza wote ambao hawafanyi dhambi. Kwa maneno mengine, Allah atawaangamiza wenye haki! Tafakari kwa makini sana! Je, hii ni mapenzi ya Mungu au ni mapenzi ya Shetani kuangamiza wenye haki? Je, hii si dalili ya utambulisho halisi wa Allah? Je, Allah kwa kweli ni Shetani aliyeficha sura yake?

Hata kama Waislamu wangekanusha hili, bado linaonyesha kwamba Shetani kwa kweli anawaokoa Waislamu kutoka kwa maangamizi ya Allah kwa kuwafanya watende dhambi. Kwa hivyo, badala ya kuwa adui, Shetani kwa kweli ni mwokozi wa Waislamu.

Yehova Mungu wa Haki hachagui wala hatapanga matendo yetu kinyume na mapenzi yetu. Badala yake, kwa upendo mwingi, ametuwekea mikononi mwetu uhuru wa kuchagua. Yehova aliwaumba wanadamu wakiwa viumbe huru wenye maadili. Kwa kutupatia uhuru huu wa kuchagua, ametupa heshima kubwa na wakati huohuo kuruhusu haki ya kweli kutawala. Uhuru huu wa ajabu ndio unaotutofautisha na wanyama. Wanyama hutenda kwa silika, lakini sisi hutenda kwa kuchagua. Kwa sababu tuna uhuru wa kuchagua, pia tunawajibika kwa sheria za kimungu. Vinginevyo, baraka na adhabu kwa kutii au kutotii sheria za Mungu hazingekuwa na maana yoyote. Hakuna maana yoyote ikiwa hatuwezi kudhibiti matendo yetu wenyewe. Ni pale tu wanadamu wanapopewa uhuru wa kuchagua ndipo matendo yao yanapopata umuhimu wa kweli.

Hata hivyo, kuna sababu nyingine muhimu zaidi ya kwanini tumeumbwa kama viumbe huru wa maadili wenye haki ya kutumia hiari yetu. Muumba wetu mwenye upendo anataka tumpende kwa hiari yetu wenyewe na si kwa sababu tumepangiwa au kulazimishwa kufanya hivyo. Ni pale tu tunapopewa uhuru wa kuchagua ndipo tunaweza kusema kwa kweli kwamba upendo tunaomwonyesha unatoka moyoni mwetu. Ikiwa hakuna hiari ya kuchagua, basi upendo hauwezi kamwe kuwa sehemu ya ibada yetu kwa Mungu. Tafadhali soma aya ifuatayo ya Biblia:

Kumbukumbu la Torati 30:19: *"Nimeweka mbele yenu uzima na mauti, baraka na laana. Sasa chagua uzima, ili mpate kuishi."*

Aya hii ya Biblia haihitaji maelezo yoyote. Inamaanisha kwa urahisi kwamba tuna chaguo. Tunaweza kuchagua hatima yetu. Tunaweza kuchagua uzima.

MSAMAHA WA YEHOVA

Sasa, tuangalie Yehova, Mungu wa Abrahamu, Isaka, na Yakobo. Msamaha wa Yehova ukoje kwa ukamilifu? Yehova anaposamehe, je, kweli anasahau dhambi za wale aliowasamehe? Kama Muumba wetu, Yehova anajua kwamba haijalishi jinsi tunavyotamani kwa dhati kumtii kikamilifu, mara nyingi tunashindwa kufikia matakwa yake. Matokeo yake, tunamtendea dhambi. Hata hivyo, anatuhakikishia kwa upendo kwamba tunapomtafuta kwa rehema kwa moyo wa toba, atatusamehe:

Zaburi 51:17: *"Sadaka za Mungu ni roho iliyovunjika; moyo uliovunjika na uliopondeka, Ee Mungu, hutaudharau."*

Kwa hivyo, Yehova kamwe hataukataa moyo uliovunjika na kupondwa na mzigo wa dhambi. Hata hivyo, hii haimaanishi kwamba tunaweza kutumia rehema ya Mungu kama kisingizio cha kutenda dhambi. Yehova haongozwi na hisia tu. Hakika hatawasamehe wale wanaotenda dhambi kwa makusudi wala wale wasioonyesha toba ya kweli kwa njia yao ya dhambi.

Waebrania 10:26-27: *"Kwa maana tukifanya dhambi kwa makusudi baada ya kupokea ujuzi sahihi wa kweli, hakuna tena sadaka kwa ajili ya dhambi, bali kuna matarajio ya hukumu yenye kutisha na hasira inayowaka ambayo itawaangamiza wale wanaopinga."*

Kwa mwongozo wa roho, Mfalme Daudi alitumia maelezo wazi kuelezea upana wa rehema ya Yehova kwa wenye dhambi waliotubu:

Zaburi 103:12: *"Kama mashariki ilivyo mbali na magharibi, ndivyo alivyoondoa makosa yetu mbali nasi."*

Mtaalamu mmoja wa Biblia aliandika kwamba msemo *"kama mashariki ilivyo mbali na magharibi"* unamaanisha *"kama iwezekanavyo"* au *"kadiri ya mawazo yetu."* Kwa hivyo, Yehova anaposamehe, anaweka dhambi zetu mbali nasi kadiri tunavyoweza kufikiria. Je, umewahi kujaribu kuondoa doa kwenye vazi lenye rangi nyepesi? Licha ya jitihada zetu bora, doa linaweza kubaki kuonekana. Angalia jinsi Biblia inavyoelezea uwezo wa Yehova anaposamehe:

Isaya 1:18: *"Ingawa dhambi zenu zikiwa nyekundu kama damu, zitakuwa nyeupe kama theluji; ingawa zitakuwa nyekundu kama kitambaa cha rangi ya mwekundu, zitakuwa kama sufu."*

Hatuwezi kamwe kwa juhudi zetu wenyewe kuondoa doa la dhambi. Lakini Yehova anaweza kuchukua dhambi zilizo kama damu nyekundu na kuzifanya kuwa nyeupe kama theluji au sufu. Yehova anaposamehe, tunaweza kuwa na uhakika kwamba doa la dhambi hizo limeondolewa kabisa. Kamwe hatatuhesabia tena dhambi alizosamehe maisha yetu yote. Kwa mwongozo wa roho, nabii Isaya aliandika yafuatayo:

Isaya 38:17: *"Umezitupa dhambi zangu zote nyuma ya mgongo wako."*

Hapa Yehova anaonyeshwa akizichukua dhambi za mwenye dhambi aliyefanya toba na kuzitupa nyuma ya mgongo wake. Hii inamaanisha kwamba Yehova hazingatii tena dhambi za wale aliowasamehe. Msamaha wake ni kamili. Msamaha wa Yehova umeelezewa zaidi katika aya ifuatayo ya Biblia:

Matendo 3:19: *"Kwa hiyo, tubuni na mgeuke ili dhambi zenu zifutwe kabisa."*

Maneno *"zifutwe kabisa"* yanatafsiri kitenzi cha Kiyunani kinachoweza kumaanisha *"kufuta, kufuta kabisa, au kuharibu."* Hii ni picha ya kupendeza ya rehema ya Yehova. Anaposamehe dhambi zetu, ni kana kwamba anazifuta kabisa. Sasa, tunakuja kwenye swali muhimu zaidi. Yehova anaposamehe, je, kweli husahau dhambi za mwenye dhambi aliyefanya toba? Jibu ni *"NDIYO"* kabisa. Yehova anatuhakikishia hivi katika aya ifuatayo:

Yeremia 31:34: *"Nitawasamehe kosa lao, na dhambi yao sitakumbuka tena."*

Biblia inamaanisha nini inaposema kwamba Yehova haikumbuki *"dhambi za wale aliowasamehe?"* Bila shaka haimaanishi kwamba Mungu anapomsamehe mwenye dhambi hawezi tena kukumbuka dhambi hizo. Hilo haliwezi kuwa kweli. Kwa hivyo, inamaanisha nini? Inamaanisha kwamba Yehova hatatenda tena dhidi ya mtu huyo kwa msingi wa dhambi alizowasamehe. Kwa hivyo, Yehova anaposema *"dhambi yao sitakumbuka tena,"* inamaanisha kwamba mara anaposamehe wenye dhambi waliotubu, hatatenda wakati ujao dhidi yao kwa msingi wa dhambi alizosamehe.

Ezekieli 18:21-22: *"Lakini mtu mwuovu akigeukia mbali na dhambi zote alizozitenda, akaendelea kushika amri zangu na kutenda yaliyo ya haki na ya haki, hakika ataendelea kuishi. Hatakufa. Hakutakuwa na dhambi yoyote aliyoifanya itakayohesabiwa dhidi yake. Ataendelea kuishi kwa kutenda yaliyo ya haki."*

Aya hizi za Biblia zinathibitisha kwamba Yehova hataleta tena dhambi zetu alizozisamehe mara kwa mara ili kutuadhibu wakati fulani katika siku zijazo. Je, si faraja kujua kwamba Mungu wetu anasamehe na kusahau? Ni furaha kujua kwamba Yehova yuko "tayari kusamehe" wale waliotubu kwa dhati. Licha ya makosa tunayoweza kuwa tumefanya, hatupaswi kamwe kufikia hitimisho kwamba tuko mbali na rehema ya Yehova. Ikiwa tutatubu kwa dhati kutoka moyoni mwetu, tukachukua hatua zinazohitajika kutengeneza yaliyokwenda vibaya, na kwa bidii kumuomba msamaha wake, tunaweza kuwa na uhakika kamili kwamba Yehova atatusamehe.

1 Yohana 1:9: *"Ikiwa tutakiri dhambi zetu, yeye ni mwaminifu na mwenye haki hata kutusamehe dhambi zetu na kututakasa kutoka kwa uovu wote."*

Wakati Yehova anachukia dhambi, hatachukia mtenda dhambi. Ikiwa tumejitolea kutubu kwa dhati na kukataa njia yetu ya dhambi, tunaweza kuwa na uhakika wa msamaha wake.

OMBI LA DHATI KWA WAISLAMU

Wapendwa Waislamu, hatima yenu ya mwisho haihitaji kuwa milele katika Jahannamu ya Kiislamu. Mnaweza kuchagua *"uzima wa milele"* kama hatima yenu ya mwisho kwa kujisalimisha kwa Mungu wa kweli:

Yohana 17:3: *"Na uzima wa milele ndio huu, wakujue wewe Mungu wa pekee wa kweli, na Yesu Kristo uliyemtuma."*

Badala ya kuwa milele katika Jahannamu ya Kiislamu, mnaweza kuishi milele duniani:

Zaburi 37:29: *"Wenye haki watairithi nchi, Nao watakaa humo milele."*

Muhammad alinakili maneno haya yaliyoongozwa kutoka kwenye Kitabu cha Zaburi na kuyataja kwa sehemu katika Qur'an. Alitaja bila kuelewa maana kamili ya aya hii ya Biblia. Aya iliyonakiliwa katika Qur'an inasema:

Surah 21:105: *"Na kwa yakini tuliandika katika Zaburi, baada ya Kumbukumbu, ya kwamba ardhi hii itarithiwa na waja wangu wema."* (Yusuf Ali)

Badala ya kumgeukia Muhammad kwa wokovu, Waislamu wanapaswa kumgeukia Yesu Kristo. Kwa nini ni muhimu sana kwa Waislamu kufanya hivyo? Ni kwa sababu Qur'an yenyewe inakubali kwamba Muhammad hana uwezo wa kuwaongoza wafuasi wake kwenye *"Njia ya Haki"* ya Mungu. Tafadhali soma ungamo la Muhammad mwenyewe katika aya ifuatayo ya Qur'an:

Surah 72:21: *"Sema: Sio katika uwezo wangu kukudhuru wala kukuongoza kwenye Njia ya Haki."* (Hilali-Khan)

Je, kama Waislamu, mnaelewa uzito wa ungamo la Muhammad katika aya hii ya Qur'an? Inamaanisha hamwezi kumtegemea Muhammad kuwaongoza kwenye wokovu. Je, itakuwa hekima kuweka wokovu wenu wa milele mikononi mwa mtu huyu? Linganisha sasa na uhakikisho ambao Yesu aliwapa wafuasi wake:

Yohana 11:25: *"Mimi ndiye ufufuo na uzima. Yeye anayeonyesha imani kwangu, hata akifa, ataishi."*

Yesu pia alitoa tamko zito lifuatalo katika Biblia Takatifu:

Yohana 14:6: *"Mimi ndiye njia, na kweli, na uzima. Hakuna mtu anayekuja kwa Baba isipokuwa kupitia kwangu."*

Na Qur'an inakubaliana. Inashuhudia kwamba ili Mwislamu awe kwenye *"Njia Iliyonyooka"* inayomwongoza kwa Mungu, anatakiwa si tu *"kumcha Mungu"* bali pia *"kutiii"* Yesu Kristo:

Surah 43:63-64: *"Na Isa alipokuja na dalili zilizo wazi, alisema: Sasa nimekujieni na hekima, na ili nieleze baadhi ya mambo ambayo mnayokhitilafiana. Kwa hivyo, mcheni Mungu na mtiini mimi. Hakika Mungu ni Mola wangu na Mola wenu: basi, muabuduni Yeye. Hii ndiyo Njia Iliyonyooka."* (Yusuf Ali)

Naam! Kwa kumtii Yesu Kristo, mnaweza kuwa kwenye *"Njia Iliyonyooka"* ya Mungu. Yesu atawaongoza kwa Muumba wenu. Atawaongoza kwa Mungu wa pekee wa kweli. Biblia Takatifu inamtambulisha Mungu wa kweli kwa jina katika aya ifuatayo:

Zaburi 83:18: *"Ili watu wajue kwamba wewe, ambaye jina lako ni Yehova, Wewe peke yako ndiye Uliye Juu Zaidi juu ya dunia yote."*

Kwa masikitiko, kwa wale Waislamu wanaochagua kubaki ndani ya Uislamu, hawatawahi kujua kama wana matendo mema ya kutosha kwenye akaunti zao ya kuwahesabia wokovu mpaka itakapokuwa kuchelewa kwao. Cha muhimu kuelewa ni kwamba Allah hasamehe wala hasahau dhambi za mtu. Anajifanya tu kumsamehe mwenye dhambi. Wakati Allah anapojifanya kusamehe, msamaha wa kweli unapatikana kwa Yehova. Naye husamehe kwa kiwango kikubwa:

Isaya 55:7: *"Acha mwovu aiache njia yake, Na mtu mbaya mawazo yake; Na amrudie Yehova, naye atamrehemu; Na kwa Mungu wetu, kwa maana atasamehe kwa kiwango kikubwa."*

Yehova anaposamehe, husamehe kikamilifu na milele. Sio dhambi bali hali ya moyo ya mwenye dhambi ndiyo inayojalisha kwake. Anawaalika kwa upendo wenye dhambi kutubu na kuacha njia zao mbaya. Wakikubali mwito wake wa dhati na kubadili njia zao mbaya, watakuwa na nafasi ya kupokea msamaha wake. Ni jinsi gani tunapaswa kuwa na shukrani kwamba Yehova yuko tayari kusamehe kwa kiwango kikubwa.

SEHEMU YA 02

QUR'AN INAFUNUA KUWA ALLAH NI SHETANI

Wapo wanaodai kwamba Allah wa Qur'an na Mungu wa Biblia Takatifu ni mmoja na yule yule. Hakuna jambo lililo mbali zaidi na ukweli kuliko hili. Ni jukumu letu kufichua uwongo huu mbaya. Tunachukua jukumu hili si tu kuwasaidia wale ambao hawajui Allah ni nani, bali pia kuwasaidia Waislamu waaminifu kutambua wanamwabudu nani hasa.

Kuhusu utambulisho wa Allah, ni bora kutumia vyanzo vya Kiislamu vyenyewe kufichua Allah ni nani hasa. Kutumia vyanzo vinavyokubalika na Waislamu bila shaka kutakuwa na ufanisi zaidi kuliko kutumia vyanzo vya nje kuwasaidia kutambua ukweli kuhusu Allah. Zaidi ya hayo, tutamruhusu

Allah mwenyewe kujifunua kwa Waislamu utambulisho wake halisi. Kufikia mwisho wa makala hii, utambulisho wa Allah utakuwa wazi bila shaka yoyote.

Mwanamke mmoja aliyemjua Muhammad kwa karibu – kwa kuwa hakuwa mwingine ila shangazi yake mwenyewe – alimwambia: *"Muhammad! Nadhani Shetani wako amekuacha, kwa maana sijamwona akiwa na wewe kwa usiku mbili au tatu!"*

Sasa, Allah alijibu vipi madai haya ya kumshutumu kwa maovu kwamba yeye ni Shetani? Je, Allah alikasirika sana kwa kuitwa Shetani? Je, Allah alitoa hukumu kali dhidi ya shutuma ya kufuru iliyotolewa dhidi yake na mwanamke huyu? Kwa kushangaza, Allah hakutoa malalamiko yoyote. Jibu lake pekee kwa ukosoaji wa mwanamke huyo lilikuwa ni kukataa kuwa amemwacha Muhammad. Jibu lake kwa shutuma za mwanamke huyo limeandikwa katika aya zifuatazo za Qur'an:

Surah 93:1-3:

"Naapa kwa mapambazuko ya asubuhi, Na kwa usiku unapofunika kwa giza. Mola wako hakukuacha, wala hakukasirika." (Shakir)

Allah alijifunua kuwa Shetani kwa njia mbili muhimu sana. Alijifunua si tu kwa kushindwa kujibu shutuma za mwanamke huyo kwamba yeye ni Shetani, bali hasa kwa jinsi alivyojibu. Kwa kusema kwamba hakumuacha Muhammad, Allah alijitambulisha kama yule yule aliyekuwa akishtakiwa kuwa amemwacha Muhammad. Na huyo ni Shetani. Kwa hivyo, Allah alithibitisha ukweli wa shutuma za mwanamke huyo kwamba yeye ni Shetani. Alikubali tabia ambayo mwanamke huyu aliitaja kumhusu.

Allah alikubali kwamba yeye ni yule ambaye mwanamke huyu alimfafanua kuwa. Kwa kufanya hivyo, alijifunua kupitia kimya chake kwa shutuma kwamba yeye ni Shetani wa Muhammad na kupitia majibu yake kama Shetani. Sasa soma simulizi kamili la tukio hili la kufungua macho katika Hadithi sahihi zaidi katika ulimwengu wa Kiislamu.

Sahih Bukhari, Juzuu ya 6, Kitabu cha 60, Nambari 475:

Imesimuliwa na Jundub bin Sufyan: Wakati mmoja Mtume wa Allah aliugua na hakuweza kuswali sala zake za usiku (Tahajjud) kwa siku mbili au tatu. Kisha mwanamke mmoja (mke wa Abu Lahab) akaja na kusema, *"Ewe Muhammad! Nadhani Shetani wako amekuacha, kwa maana sijamwona akiwa na wewe kwa siku mbili au tatu!"* Kwa hilo, Allah alifunua:

"Naapa kwa mapambazuko, na kwa usiku unapokuwa na giza, Mola wako (Ewe Muhammad) hakukuacha, wala hakuchukia." (Surah 93:1-3).

Hebu tuchambue tukio hili. Mke wa Abu Lahab alisema kwamba Shetani wa Muhammad alimwacha. Na kwa kushangaza, Allah alijibu kwa kusema kwamba hakumuacha Muhammad. Kwa kweli, alifunua aya ya Qur'an kumhakikishia Muhammad, *"Mola wako hakukuacha."*

Sasa, kwa nini Allah avuvie aya ya Qur'an akisema kwamba *"hakumuacha"* Muhammad wakati shutuma ya mke wa Abu Lahab ilikuwa mahsusi kwamba Shetani alimwacha? Kwa nini Allah alijichukulia nafasi ya kuwa kama Shetani? Je, hili siyo kukubali kwamba yeye ni Shetani? Kwa kuvuvia aya ya

Qur'an kujibu kwa niaba ya Shetani, je, Allah hajajifunua kuwa Shetani? Hebu tuweke hili kwa muundo ulio wazi zaidi kwa wasomaji Waislamu kuelewa.

Shutuma ya mwanamke: *"Ewe Muhammad! Nadhani Shetani wako amekuacha."*

Jibu la Allah: *"Mola wako hakukuacha."*

Je, hili siyo ushahidi wa wazi katika Qur'an kwamba Mola wa Muhammad ni Shetani na hivyo Allah ni Shetani? Jibu la Allah ni la kushangaza. Lakini lililo la kudhuru zaidi kwa Waislamu ni ukweli kwamba Allah anakubaliana na shutuma ya mwanamke huyo kwamba yeye ni Shetani. Hili ni pengo lisilopingika katika Qur'an ambapo Allah anakiri kwamba yeye si mwingine bali ni Shetani. Allah alijibu haraka bila kusita kwa sababu ndivyo alivyo kweli.

Allah alikasirishwa na kauli ya mwanamke huyo kwamba amemuacha Muhammad, lakini hakupinga shutuma kubwa zaidi ya mwanamke huyo kumtaja kama Shetani. Haoni kosa lolote katika kutambuliwa kama hivyo. Hakusema hata neno moja kupinga shutuma kubwa zaidi ya mwanamke huyo kumtaja kuwa Shetani.

Kama Allah angekaa kimya kabisa, kusingekuwa na jambo kubwa la kubishania. Hata hivyo, kwa kuwa Allah aliona tukio hilo kuwa la maana vya kutosha kustahili jibu katika Qur'an, kwa nini hakujibu shutuma kubwa zaidi iliyotolewa dhidi yake na mwanamke huyo? Jambo moja ambalo tunaweza kuwa na uhakika nalo ni kwamba Allah ambaye ni Shetani hakumuacha Muhammad. Au ni Shetani ambaye ni Allah? Kwa kweli, haijalishi. Allah ni Shetani. Wakati mwingine, hata nyoka mwangalifu zaidi huteleza na kufichua ukweli.

Hatupaswi kushangazwa na ufichuzi huu wa utambulisho wa Allah katika Qur'an. Uwepo wa aya nyingi za uovu katika Qur'an unatosha kufichua Allah ni nani hasa. Sasa tutazingatia baadhi ya mafundisho maovu ya Allah katika Qur'an.

MAFUNDISHO MAOVU YA ALLAH

Uchunguzi makini wa aya zilizoongozwa katika Qur'an unaonyesha kwamba zinaweza tu kuwa zao la chanzo cha uovu. Qur'an inaweza kuongozwa tu na Shetani. Msomaji asiye na upendeleo atagundua uovu uliojificha katika aya nyingi za Qur'an. Bila shaka, kunaweza kuonekana kuwa na *"aya nzuri"* ambazo Waislamu hutumia kwa udanganyifu kuwavutia waongofu kwa Allah. Lakini hatudanganywi na hizi zinazoitwa *"aya nzuri"* katika Qur'an. Aya hizi nzuri ni kama chakula kizuri ambacho muuaji huchanganya na sumu ili kuficha sura na ladha ya sumu hatari. Biblia inatuonya tusidanganywe haraka na maonyesho ya juujuu ya uchaji wa Mungu. Uchunguzi wa kina ni lazima ili kuelewa ujanja wa Shetani.

Tunapochunguza Allah kwa kina, tunagundua kwamba yeye ni sawa kabisa na Shetani. Wote wawili, Allah na Shetani, wanashiriki tabia na malengo sawa. Kwa mfano, Qur'an inafichua kwamba Shetani huwaongoza watu kupotea. Tukijua asili ya Shetani ya uovu, hatushangazwi na ufunuo huu. Hata hivyo, Qur'an pia inafichua kwamba Allah, kwa namna ile ile, huwaongoza watu kupotea. Kwanza, hebu tuangalie aya ya Qur'an kuhusu Shetani. Kuhusu Shetani, Qur'an inasema:

Surah 4:119: *"Na hakika nitawapoteza, na nitawatia tamaa za bure."* (Shakir)

Na Qur'an inafichua kufanana kwa kushangaza kwa Allah na Shetani. Linganisha sasa tabia mbaya ya Shetani na roho iliyodhihirishwa na Allah katika aya zifuatazo za Qur'an:

Surah 16:93: *"Na kama Allah angelipenda angekufanyeni umma mmoja; lakini anampoteza amtakaye, na humwongoza amtakaye; na kwa hakika mtaulizwa juu ya yale mliyokuwa mkiyafanya."* (H.S. Aziz)

Surah 4:88: *"Je, unapenda kumwongoza yule ambaye Allah amempoteza? Na yeyote ambaye Allah amempoteza, basi hutapata njia yoyote kwa ajili yake."* (M.M. Ghali)

Aya hizi za Qur'an zinaonyesha wazi kwamba kama Shetani, Allah pia *"huwapoteza"* yeyote anaemtaka. Na Qur'an inasema hakuna anayeweza kuwaongoza wale *"waliopotezwa na Allah."* Hiyo ndiyo nguvu ya Allah. Na Allah amewapotosha zaidi ya Waislamu bilioni moja kuwafanya waamini kwamba yeye ni Mungu wa kweli.

2 Wakorintho 11:14: *"Wala si ajabu, kwa maana Shetani mwenyewe hujigeuza awe mfano wa malaika wa nuru."*

Biblia inamtambua Shetani kama yule aliyesababisha Kifo kwa wanadamu.

Waebrania 2:14: *"Kwa sababu hiyo Yesu alifanyika mmoja wetu, ili kwa kifo chake amharibu yule mwenye uwezo wa kusababisha kifo, yaani, Ibilisi."*

Yohana 8:44: *"Ninyi mmetoka kwa baba yenu Ibilisi, na mnatamani kufanya yale yanayotamaniwa na baba yenu. Huyo alikuwa muuaji tangu mwanzo."*

Kwa kuwa Kifo kililetwa kwa wanadamu na Ibilisi, anaweza kuelezewa vyema kama *"Muumbaji wa Kifo."* Hii ni sifa inayofaa kwa Shetani kwa kuwa yeye ndiye chanzo cha Kifo. Cha kushangaza, hili ni mojawapo ya majina ya Allah. Ukweli huu peke yake unatosha kutufanya tutambue utambulisho halisi wa Allah. Kulingana na mafundisho ya Uislamu, Allah ana majina tisini na tisa. "Al-Mumit" linapatikana kama jina la sitini na mbili kwenye orodha ya majina hayo tisini na tisa ya Allah. Vyanzo vya Kiislamu vinaelezea maana ya "Al-Mumit" kwa maneno haya:

Majina Mazuri ya Allah:
62. **AL-MUMIT:**
(i) "Muumbaji wa Kifo"
(ii) "Muuaji"
(iii) "Yule Anayewafanya Walio Hai Wafe"
(iv) "Mleta Kifo"

Kama Shetani, Allah ni *"Muumbaji wa Kifo."* Kwa kinyume kabisa, Yehova ni *"Chanzo cha Uzima."* Yeye si mharibu bali ni mtoaji wa uzima:

Zaburi 36:7-9: *"Jinsi fadhili zako zilivyo za thamani, Ee Mungu! Na wana wa binadamu hujificha chini ya kivuli cha mabawa yako ... Kwa maana kwako kuna chemchemi ya uzima. Kwa nuru yako tunaweza kuona nuru."*

Katika Qur'an, tunapata si tu Allah akifanya kazi kwa karibu na mashetani bali pia anawatuma mashetani hao waovu kuwachochea wanadamu kufanya maovu. Ikiwa hili linaonekana haliaminiki, zingatia ushahidi wa asili ya kishetani ya Allah katika aya ifuatayo ya Qur'an:

Surah 19:83: *"Je, huoni kwamba Tumewatuma Mashetani dhidi ya makafiri ili wawasukume kufanya maovu?"* (Hilali-Khan)

"Je, huoni kwamba Tunawatuma mashetani dhidi ya makafiri, ili wawachochee watende dhambi kwa uchochezi wao?" (Sale)

Aya hii ya Qur'an inaonyesha ushirikiano wa karibu wa Allah na mashetani. Anashirikiana na mashetani nao hushirikiana naye. Hebu fikiria, je, Mungu wa kweli atatumia huduma za mashetani kutekeleza kazi zake? Je, Mungu wa kweli atamchochea yeyote – ama moja kwa moja yeye mwenyewe au kupitia mashetani – kufanya maovu? Je, haya siyo tabia za Shetani?

Wakati tunatarajia kwa haki kwamba Mungu awaadhibu wenye dhambi wasiotubu wanaojihusisha kimakusudi katika tabia za dhambi, tunajua kwa hakika kwamba ni zaidi ya utakatifu wa Mungu Mwenyezi *"kuwasukuma kufanya maovu."* Kufanya hivyo kungefanya Mungu kuwa msimamizi wa uovu.

HAIWEZEKANI KWA MUNGU WA KWELI KUTENDA KWA NJIA YA UOVU KAMA ALLAH

Biblia inatufundisha kwamba ni zaidi ya utakatifu wa Yehova kutumia nguvu zake za kimungu kumfanya mtu yeyote atende dhambi. Kwa kweli, utakatifu wake hufanya iwe haiwezekani kwake ama kuwashawishi au kuwajaribu watu kwa kutumia maovu. Pia, haiwezekani kwa Yehova kutumia huduma za mashetani waovu *"kuwasukuma"* watu kufanya maovu. Sikiliza anachosema Mungu wa kweli:

Yakobo 1:13: *"Mtu anapojaribiwa, asiseme, 'Ninajaribiwa na Mungu,' kwa maana Mungu hawezi kujaribiwa na maovu, wala yeye mwenyewe hamjaribu mtu yeyote kwa maovu."*

Baadhi ya watetezi wa Kiislamu hudai kwa udanganyifu kwamba Allah anatumia mashetani tu dhidi ya makafiri. Lakini je, hili ni kweli? Aya ifuatayo ya Qur'an inafichua udanganyifu na uwongo wao:

Surah 6:112: *"Na hivyo tumewaweka kila nabii adui – waovu miongoni mwa watu na majini, wakihamasishana wao kwa wao kwa maneno ya kuvutia kwa njia ya udanganyifu."* (Yusuf Ali)

"Hivyo tumemteulia kila nabii adui – mashetani wa watu na majini, wanaohamasishana kwa maneno ya kudanganya yanayopotosha." (H. S. Aziz)

Tena tunaona Allah na mashetani wakifanya kazi pamoja. Hata hivyo, wakati huu Qur'an inafichua kwamba *"waovu miongoni mwa majini"* wameteuliwa mahsusi na Allah kuwa maadui si kwa makafiri bali kwa Manabii wa Mungu. Kwa hivyo, Allah hawatumii mashetani tu dhidi ya wasioamini bali pia dhidi ya Manabii wa Mungu. Je, watetezi wa Kiislamu wanaweza kutoa kisingizio gani kwa hili? Hebu fikiria, Allah na mashetani wakifanya kazi pamoja, kwa kushirikiana kama washirika kuwapinga Manabii wa Mungu.

Mashetani hawa wa kijini hufanya nini kama maadui wa Manabii wa Mungu? Qur'an inakubali kwamba wanatimiza malengo yao ya uovu kwa kutumia *"maneno ya kuvutia yenye udanganyifu yanayopotosha."* Hivyo, Allah anawateua *"waovu miongoni mwa watu na majini"* kuwapotosha Manabii wa Mungu hadi kutenda dhambi. Badala ya kuwalinda Manabii wa Mungu, Allah anachukua jukumu la kuwateua *"waovu miongoni mwa watu na majini"* kuwaongoza kwenye upotovu. Je, Mungu wa kweli anaweza kutenda kwa njia mbaya kiasi hiki? Je, taarifa hii haitoi dalili muhimu ya utambulisho wa Allah? Je, haifichui kwamba yeye ni Shetani?

Kwa kinyume chake, Yehova Mungu anawajali Manabii wake. Anawalinda dhidi ya kudanganywa na maadui wao:

Zaburi 105:14-15: *"Na Mungu hakuacha mwanadamu yeyote awadhulumu; Bali kwa ajili yao aliwakemea wafalme, Akisema: 'Msiwaguse watiwa-mafuta wangu, Wala msiwatendee manabii wangu ubaya wowote.'"*

Je, huoni tofauti kubwa kati ya Allah na Yehova? Mmoja huwanasa Manabii kwa kuwateua maadui waovu kuwahadaa, ilhali mwingine huwalinda dhidi ya hila za maadui waovu. Ni nani unayefikiri anatenda kama Muumba wa kweli? Kuhusu Yehova, ni kinyume kabisa na asili yake ya utakatifu wa kimungu kushirikiana na mashetani.

1 Wakorintho 10:21: *"Hamwezi kunywa kikombe cha Yehova na kikombe cha mashetani. Hamwezi kushiriki katika meza ya Yehova na meza ya mashetani."*

Aya ifuatayo ya Qur'an ni ya kuharibu zaidi. Inaonyesha kwamba Allah kwa makusudi huzuia mwongozo kwa lengo la pekee la kutimiza idadi yake *"iliyopangwa mapema"* ya watu anaotaka kuwatuma kwenye *"Jahannamu."* Zaidi ya uovu wake, Allah anajisifu: *"Kama tungalitaka, kwa hakika tungalileta kila nafsi kwenye mwongozo wa kweli wake."* Hii ina maana kwamba Allah angeweza kuwaokoa watu hawa dhidi ya hatima hii ya uovu kama angependa lakini huchagua kutofanya hivyo. Uovu! Uovu! Uovu!

Surah 32:13: *"Na kama tungalitaka, kwa hakika tungalileta kila nafsi kwenye mwongozo wa kweli wake: lakini neno kutoka Kwangu litakuwa kweli, 'Nitaujaza Moto wa Jahannamu kwa majini na wanadamu wote pamoja.'"* (Yusuf Ali)
"Kama tungalitaka, tungalipa kila nafsi mwongozo wake, lakini tayari imeamuliwa kwamba nitaujaza Jahannamu kwa majini na wanadamu wote pamoja." (Khalifa)

Bila shaka, Allah ni mungu mkatili na mwenye roho ya kishetani. Aya hii ya Qur'an inasema kwamba Allah tayari *"amepanga mapema"* kwamba ataujaza Jahannamu na majini na wanadamu. Ikiwa Allah tayari *"amepanga mapema"* hatima ya mwisho ya mtu binafsi, basi hatima hiyo ya mwisho haitegemei mwitikio wa mtu huyo kwa mafundisho ya Maandiko bali kama *"ilipangwa mapema"* na Allah. Hii inamaanisha kwamba, kwa kweli, hakuna haja ya Maandiko.

WAISLAMU WANAWEZAJE KUJISALIMISHA KWA MUNGU ANAYEZUIA MWONGOZO KWA HIARI?

Waislamu wanaweza vipi kujisalimisha kwa mungu ambaye kwa hiari huzuia mwongozo kwa lengo la pekee la kujaza *"Jahannamu"* na wanadamu? Wanaweza vipi kujisalimisha kwa mungu anayekataa mwongozo kwa makusudi ili kutimiza idadi yake *"iliyopangwa mapema"* ya watu anaotaka kuwatuma huko? Hii ni tabia ya kishetani. Tunapaswa kukumbuka kwamba, kwa mujibu wa mafundisho ya *"Moto wa Jahannamu"* katika Uislamu, hili lina maana ya mateso yasiyosemeka mahali pa maumivu ya milele kwa mabilioni ya watu katika maisha ya baadaye. Hii inaonyesha kwamba roho inayozungumza hadi leo katika Qur'an si takatifu wala ya kimungu, bali ni nguvu ya kishetani inayowashikilia mateka zaidi ya Waislamu bilioni moja.

Aya ifuatayo inaonyesha kwamba Allah aliwaumba baadhi ya watu kwa lengo la *"kujaza Jahannamu"* nao. Aliamua mapema hatima yao ya mwisho.

Surah 11:119: *"Na neno la Mola wako litakuwa kweli: 'Nitaujaza Jahannamu na majini na wanadamu wote pamoja.'"* (Yusuf Ali)

Hii inakomesha kabisa matumaini yoyote kwa wale watu walio umbwa kwa ajili ya *"Jahannamu."* Hii ina maana kwamba tayari wameshaamuliwa kwenda *"Jahannamu"* hata kabla hawajatenda dhambi yoyote. Je, ni haki kuhukumu mtu kwenda *"Jahannamu"* kabla ya mtu huyo kufanya dhambi yoyote? Na Allah anafanya hivyo. Anamuumba mtu huyo kwa ajili ya *"Jahannamu."*

Je, unaweza kuamini kiwango cha mafundisho maovu yaliyomo katika Qur'an? Linganisha sasa mtazamo wa Allah na wa Muumba wa kweli:

Ezekieli 18:23: *"Je, mimi napendezwa hata kidogo na kufa kwa mtu mwovu?" asema Bwana Mwenyezi Yehova, *"sio kwamba ageuke kutoka njia zake na aishi?"*

Ezekieli 18:32: *"Kwa maana sipendezwi na kufa kwa mtu anayekufa," asema Bwana Mwenyezi Yehova. *"Kwa hiyo geukeni kutoka njia zenu mbaya na mkae hai, enyi watu."*

2 Petro 3:9: *"Yehova si mwepesi wa kutimiza ahadi yake, kama wengine wanavyodhani kuwa ni uvivu, bali ni* *mvumilivu kwenu kwa sababu hataki mtu yeyote aangamie, bali anataka wote wafikie toba."*

Mungu wa kweli ni Mungu wa upendo anayejali wanadamu. Ingawa kama Mungu wa Haki analazimika kuhukumu waovu, lakini ni tamaa yake kubwa kwamba hata waovu wageuke na waishi. Hachukui furaha hata katika kifo cha mwovu.

Kwa kinyume cha asili ya upendo wa Yehova, Qur'an inafichua kwamba Allah kwa makusudi anaweka *"watu waovu katika kila mji ili kupanga njama na kudanganya humo."* Soma aya ifuatayo kwa makini:

Surah 6:123: *"Na ndivyo Tumewaweka wakuu katika kila mji, watu wake waovu, ili kupanga njama humo."* (Yusuf Ali) *"Na ndivyo Tumewaweka katika kila mji viongozi waovu ili wafanye hila humo."* (Sale)

Kwa nini Allah angependa kuweka *"watu waovu kupanga njama katika kila mji"* na kufanya *"hila humo?"*

Aya ifuatayo ya Qur'an inafichua zaidi. Inashuhudia kwamba Allah ni *"Muumbaji wa Uovu."*

Surah 113:1-2:

Sema: 'Ninakimbilia kwa (Allah) Bwana wa alfajiri, Kutoka kwa uovu wa kile alichokiumba.' (Hilali-Khan) *Sema: 'Ninakimbilia kwa Bwana wa Alfajiri. Kutoka kwa uovu wa kile alichokiumba.'* (Pickthall)

Qur'an inakubali wazi kwamba Allah ni *"Muumbaji wa Uovu."* Hii inapaswa kuwa onyo kwa Waislamu waaminifu. Hii inafichua asili ya kweli ya Allah. Na hiyo ni ya uovu. Kwa kushangaza, Waislamu wanaamriwa kumkimbilia Allah *"kutokana na uovu wa kile alichokiumba."* Hebu fikiria kwa muda, je, inaingia akilini kukimbia kitu cha uovu na kutafuta hifadhi kwa yule yule aliyeumba uovu huo?

Mathayo 7:16-18: *"Mtawatambua kwa matunda yao. Je, watu hukusanya zabibu kutoka kwenye miiba, au tini kutoka kwenye mibaruti? Vivyo hivyo, kila mti mzuri hutoa matunda mazuri, lakini mti mbovu hutoa matunda mabaya; mti mzuri hauwezi kuzaa matunda mabaya, wala mti mbovu hauwezi kuzaa matunda mazuri."*

Mungu aliye mtakatifu na mwema hawezi kuwa *Muumbaji wa kitu chochote cha uovu.* Waislamu wanahitaji kujua ukweli kuhusu asili ya uovu wa Allah. Lakini zaidi ya hayo, wanapaswa kujua kuhusu uwepo wa Mungu wa kweli mwenye upendo.

Ayubu 34:10: *"Kwa hiyo, nisikilizeni, enyi watu wenye akili: Mungu asifanye uovu, wala Mwenyezi asifanye mambo mabaya."*

NABII MUOVU WA ALLAH

Mbali na mafundisho maovu ya Allah, kumbukumbu za Kiislamu zinaonyesha kwamba Nabii wa Allah alikuwa mhalifu mkali na asiye na maadili. Alikuwa mwizi, mwongo, muuaji wa kukodi, muuaji wa halaiki, gaidi, mchochezi wa vita, na mtu aliyekosa nidhamu ya kingono aliyeshiriki katika tabia za kinyama kama vile unyanyasaji wa watoto, ndoa za karibu, na ubakaji. Aliruhusu udanganyifu, mauaji, mateso, utumwa, na mauaji ya halaiki. Vyanzo vya Kiislamu vyenyewe vinakiri kwamba Muhammad alitenda maovu haya. Kwa hivyo, Muhammad anahukumiwa.

Kwa faida ya wasomaji wetu, tutasimulia tukio moja tu la maovu ya Muhammad. Hili litawasaidia angalau kuelewa asili ya uovu wa mtu huyu. Tutatumia vyanzo vya Kiislamu pekee kufichua Nabii wa Uislamu.

MAUAJI YA MAMA MJAMZITO

Sunan Abu-Dawud Kitabu cha 38, Hadithi Nambari 4348:

Imesimuliwa na Abdullah Ibn Abbas: Mwanamume kipofu alikuwa na mjakazi ambaye alikuwa akimdhihaki Nabii na kumkashifu. Alimkataza, lakini hakukoma. Alimkemea, lakini hakuacha tabia yake. Usiku mmoja alianza kumdhihaki na kumkashifu Nabii. Kwa hivyo, alichukua kisu, akakiweka tumboni mwake, akakisukuma, na kumuua. Mtoto aliyekuwa kati ya miguu yake alichafuka damu iliyokuwapo pale. Asubuhi ilipofika, Nabii aliarifiwa kuhusu tukio hilo. Aliwaita watu na kusema: "Namwapisha kwa jina la Allah mtu aliyefanya kitendo hiki, na namwapisha kwa haki yangu kwake kwamba asimame."

Mtu huyo alisimama huku akitetemeka na akaketi mbele ya Nabii. Akasema: "Mtume wa Allah! Mimi ni bwana wake; alikuwa akinidhihaki na kunikashifu. Nilimkataza, lakini hakukoma, na nilimkemea, lakini hakuacha tabia yake. Nina wana wawili kama lulu kutoka kwake, na alikuwa mwenzi wangu. Usiku wa jana alianza kunidhihaki na kunikashifu. Kwa hivyo, nilichukua kisu, nikaweka tumboni mwake na nikakisukuma hadi nikamuua." Kisha Nabii akasema: *"Oh, kuwa mashahidi, hakuna kulipiza kisasi kwa damu yake."*

Je, hii ni ukatili wa aina gani! Je, ni haki gani? Muhammad aliidhinisha mauaji ya mama mjamzito na mtoto wake asiyezaliwa kwa msingi wa madai ya muuaji kwamba alimkashifu.

Muhammad aliacha urithi wa uovu kwa Waislamu kufuata. **Sheria ya Kukufuru** ya Kiislamu ni matokeo ya moja kwa moja ya hukumu ya uovu ya Muhammad. Leo, Waislamu hutumia sheria hii kimakusudi kuwanyamazisha wote wanaomkosoa yeye au Uislamu.

LINGANISHA NA UPENDO WA YESU KRISTO

Linganisheni jinsi Yesu alivyoshughulikia kitendo cha uhalifu kilichofanywa dhidi yake. Wakati kundi kubwa lilipokuja kumkamata Yesu, mmoja wa wanafunzi wake alijaribu kumtetea:

Mathayo 26:51: *"Na tazama, mmoja wa wale waliokuwa pamoja na Yesu akanyosha mkono wake, akauchomoa upanga wake, akampiga mtumwa wa kuhani mkuu na kumkata sikio lake."*

Yesu alirejeaje?

Mathayo 26:52-53: *"Ndipo Yesu akamwambia: Rudisha upanga wako mahali pake, kwa maana wote wanaochukua upanga wataangamia kwa upanga."*

Yesu hakukubaliana na tendo la vurugu la mwanafunzi wake hata kwa lengo la kumlinda. Kwa kweli, alimkemea mwanafunzi huyo kwa kitendo chake cha haraka. Zaidi ya hayo, alimponya kwa upendo sikio la yule mtu aliyejeruhiwa.

Luka 22:51: *"Akamgusa sikio lake, akamponya."*

Haya ni maonyesho ya kweli ya Nabii wa Mungu.

NANI ANA DHAMBI ZA KISAHETANI?

Tabia za Muhammad zinaonyesha wazi kwamba aliakisi tabia za Allah, ambazo ni za kishetani. Kwa upande mwingine, Yesu Kristo aliakisi sifa za kipekee za Baba yake wa mbinguni:

Wagalatia 5:22-23: *"Lakini tunda la Roho ni upendo, furaha, amani, uvumilivu, wema, fadhili, uaminifu, upole, na kiasi."*

Waislamu wanapaswa kujiuliza: Je, Allah ndiye Mungu wa kweli, au ni Shetani kwa sura nyingine? **Ni wakati wa kutafuta Muumba wa kweli.**

Isaya 40:28: *"Je, hujui? Je, hukusikia? Yehova, Muumba wa miisho ya dunia, ni Mungu wa milele."*

IDHINI YA ALLAH JUU YA NGONO KATI YA NDUGU KATIKA UISLAMU

Neno la Kiingereza *"Incest"* limetokana na neno la Kilatini *"Incestus,"* ambalo lina maana ya jumla ya *"uchafu au uasherati kati ya ndugu wa jamii moja."* Incest hufafanuliwa kama mahusiano ya kingono kati ya watu waliokaribiana kwa damu kiasi kwamba ndoa yao ni haramu au imekatazwa kwa mila. Marufuku ya Incest imekuwa moja ya miiko ya kitamaduni inayojulikana zaidi – katika jamii za sasa na zilizopita. Jamii nyingi zina sheria zinazokataza ndoa za karibu kwa undugu wa damu. Hata hivyo, huenda ikawa mshangao kwa wengi kujua kwamba katika hali fulani maalum, Incest si dhambi na inaruhusiwa katika Uislamu.

Uislamu una mafundisho na desturi nyingi za kuchukiza. Utumwa wa kingono, ubakaji wa mateka wa kivita, mauaji ya makafiri, uporaji wa mali za waliouawa, unyanyasaji wa wanawake, mauaji ya wafuasi wa dini nyingine, na ahadi ya kupata ngono isiyo na kikomo na wake wengi huko Peponi ni baadhi tu ya mifano ya mafundisho yasiyo ya kimaadili ya Allah katika Qur'an. Hata hivyo, makala hii itajikita katika masuala mawili ambayo wengi hawaelewi. Moja ni Incest, na jingine ni aina ya ndoa inayojulikana kama *Hilla Marriage* au *Nikah Hilla.*

SHERIA YA DINI INAYORUHUSU NGONO KATI YA NDUGU KATIKA UISLAMU

Kuna amri ya kidini katika Uislamu inayofundishwa na kuungwa mkono na wanazuoni maarufu wa Kiislamu. Amri hii inaonyesha kuidhinisha Incest ndani ya teolojia ya Uislamu. Kwa mujibu wa mafundisho ya Kiislamu, mwanamume Mwislamu anaruhusiwa kumwoa binti yake wa kumzaa ikiwa alizaliwa nje ya ndoa halali. Kwa maneno mengine, mwanamume Mwislamu anaruhusiwa kumwoa binti yake wa kumzaa ikiwa alizaliwa kutokana na zinaa.

Msingi wa Incest katika Uislamu umewekwa katika aya ifuatayo:

Surah 25:54:

"Yeye ndiye aliyeumba mwanadamu kwa maji; kisha akaweka uhusiano wa ukoo na wa ndoa: kwa maana Mola wako anao uwezo juu ya kila kitu." (Yusuf Ali)

Katika *Tafsiri ya Al-Qurtubi* juu ya aya hii, anamnukuu Ibn Al-Arabi (1165 BK - 1240 BK), mwandishi mashuhuri wa historia ya Kiislamu. Ibn Al-Arabi alisema:

KUHUSU MANENO “UKOO NA UHUSIANO KWA NDOA”

*"Ukoo ni dhana inayorejelea mchanganyiko wa majimaji

kati ya mwanamume na mwanamke kutoka mtazamo wa kisheria wa kidini.

Hata hivyo, ikiwa muunganiko huu (kati ya mwanamume na mwanamke) unafanyika kwa uasi (zinaa), basi mtoto anayezaliwa si sehemu ya ukoo halali wa mtu. Hii ndiyo sababu binti aliyezaliwa kutokana na uzinzi hajatajwa katika kauli ya Allah inayosema: 'Mmeharamishwa kuoa mama zenu na binti zenu.' (Surah 4:23), kwa sababu hachukuliwi kuwa binti kulingana na mafundisho ya kweli ya wanazuoni wetu na dini yetu.

Ikiwa hakuna ukoo wa kisheria, basi hakuna uhusiano wa kisheria; kwa maana zinaa haikatazi (ndoa na) binti wa mwanamke (uliyefanya zinaa naye) wala mama wa mwanamke (uliyefanya zinaa naye)."* (*Tafsiri Al-Qurtubi, Surah 25:54; Imetafsiriwa kutoka tovuti rasmi ya Al-Azhar*)

UCHAMBUZI WA SHERIA HII YA KIISLAMU

Kulingana na *"mafundisho ya kweli ya wanazuoni wa Kiislamu na mafundisho ya kweli ya Uislamu,"* binti aliyezaliwa nje ya ndoa halali hajachukuliwa kama binti wa kisheria wa mwanamume huyo. Kwa hivyo, inakuwa halali kwake kumwoa.

Sheria hii ya Kiislamu inasema wazi kwamba *"mtoto anayezaliwa si sehemu ya ukoo wa kweli wa mtu."* Kama matokeo, binti huyo huchukuliwa sawa na mwanamke mwingine yeyote asiye na uhusiano wa damu. Hii inamaanisha kwamba Uislamu haurufu ndoa kati ya baba na binti yake wa kumzaa aliyezaliwa kwa njia ya zinaa.

Sheria hii inaonyesha maadili ya kushangaza na kinyume na miongozo ya kiroho ya Mungu wa kweli. Waislamu wanapaswa kujiuliza maswali makubwa kuhusu maadili ya mafundisho haya. Je, haya ni mafundisho ya Mungu wa kweli au yanatokana na vyanzo vya uovu?

AMRI YA KIISLAMU KUHUSU NGONO KATI YA NDUGU NA NDUGU "INCEST"

Amri ya Kiislamu iliyotajwa hapo juu inasema wazi kwamba, kwa mujibu wa *"mafundisho ya kweli ya Uislamu,"* ikiwa hakuna ukoo wa kisheria basi hakuna uhusiano wa kisheria; kwa maana zinaa *"haikatazi ndoa kati ya baba na binti wa mwanamke ambaye alizini naye."* Na ili kusisitiza hoja hii, amri inasema: *"Kile kilichokatazwa kihalali siyo pia haramu kwa sababu ya dhambi, kwa kuwa Allah ameweka ukoo na uhusiano kupitia ndoa."* Kwa maneno mengine, wakati Uislamu unakataza ndoa kati ya mwanamume na binti yake ikiwa alizaliwa ndani ya ndoa, haukatazi ndoa kati ya baba na binti yake wa kumzaa ikiwa alizaliwa nje ya ndoa.

MFANO WA MANTIKI YA UISLAMU

Kwa mantiki ya Uislamu, ni kama kusema kwamba ni makosa kuendesha gari kwa kasi na kusababisha kifo ikiwa una leseni halali ya kuendesha gari. Hata hivyo, ni sawa kabisa kuendesha gari kwa hatari na kusababisha kifo ikiwa huna leseni halali ya kuendesha gari. Kukosa leseni ya kuendesha gari, kwa namna fulani, kunahalalisha tabia yako ya kuendesha hatari. Vivyo hivyo, kukosa ndoa halali (leseni ya ndoa) kunahalalisha incest katika Uislamu.

Je, tendo moja la haramu (zinaa) linaweza kufuta dhambi nyingine (incest) na kuifanya iwe halali? Je, dhambi mbili (zinaa na incest) zinaweza kuleta haki? Na dhambi ya pili inayoruhusiwa katika Uislamu kwa baraka za Allah ni incest kati ya baba na binti yake. Je, kuwa na binti kutoka kwa uhusiano wa uzinzi kunamfanya kuwa halali kingono kwa baba wakati, kwa kila hali, ni nyama na damu yake mwenyewe? Bila kujali jinsi alivyopatikana, yeye bado ni mtoto wake wa kumzaa na anapaswa kuwa mwiko kingono kwake. Hii ni ukiukwaji mkubwa wa viwango vya kimaadili vya kimungu. Hebu fikiria, je, Mungu wa kweli anaweza kuruhusu incest kwa makusudi?

MAELEZO YA SURAH 4:23

Surah 4:23 inaorodhesha aina mbalimbali za ndoa ambazo zimekatazwa katika Uislamu. Hata hivyo, orodha hiyo haijumuishi ndoa kati ya baba na binti yake wa haramu. Wanazuoni wengi wa Kiislamu wanakubali uwezekano wa ndoa hii ya incest kama ilivyo katika Qur'an.

Tafsiri ya Al-Qurtubi kuhusu Surah 4:23:

"Wanazuoni wamehitilafiana juu ya suala la kukataza mahusiano ya kingono na mtoto aliyezaliwa kutokana na zinaa. Wanazuoni wengi wamesema kuwa ikiwa mwanamume atazini na mwanamke, tendo hilo halimkatazi kumwoa mwanamke huyo. Vivyo hivyo, mke wa mwanamume huyo si haramu kwake ikiwa atazini na mama yake au binti yake. Iwapo mwanamume atazini na mwanamke kisha atatamani kumwoa mama yake au binti yake, hawakatazwi kwa tendo hilo."

MAELEZO YA KINA YA AL-QURTUBI:

Wanazuoni wengine walionyesha kwamba ndoa hiyo ni haramu, lakini wanazuoni maarufu kama Al-Shafi'i na wengine wanasisitiza kuwa zinaa haizuii ndoa za karibu kwa uhusiano wa damu.

Amri hii ya Kiislamu inaonyesha wazi kwamba *"ndoa kati ya baba na binti aliyezaliwa kwa zinaa inaruhusiwa."* Sababu ya wanazuoni wa Kiislamu kuunga mkono kwa nguvu desturi hii isiyokuwa na maadili ni dhana ya Qur'an kwamba ukoo na uhusiano unatambulika tu kupitia *"ndoa halali."*

SABABU ZA WANAZUONI WA KIISLAMU KUKUBALI INCEST

Sababu nyingine inayofanya wanazuoni hawa wa Kiislamu kuhalalisha mtazamo huu uliopotoka, hata kufikia kukubali incest, ni kwa sababu ya ukosefu wa maelezo mahususi katika Qur'an kuhusu mada fulani. Kwa maneno mengine, chochote ambacho hakijakatazwa na Allah katika Qur'an kinaruhusiwa kwa Waislamu. Tazama tena maelezo ya al-Qurtubi kuhusu **Surah 4:23:**

"Kwa maana Allah, aliyeinuliwa na kutukuzwa, alisema katika Surah 4:23, 'Mama wa wake zenu,' lakini hakusema, 'Yule aliyefanya zinaa na mama wa wake zake, wala binti yake ambaye alimpata kupitia zinaa.'"

Hii inaonyesha kwamba aina hii maalum ya incest inaruhusiwa katika Uislamu kwa sababu mbili. Kwanza, ni kwa sababu Allah hatambui ukoo wa binti aliyezaliwa nje ya ndoa. Pili, ni kwa sababu Allah hakukataza moja kwa moja aina hii ya ndoa ya incest katika Qur'an. Matokeo yake, binti wa mwanamume anakuwa halali kwake ikiwa hakuoa mama yake wakati wa kutungwa kwake. Mwanazuoni mwingine maarufu wa Kiislamu pia anathibitisha hukumu hii ya kisheria katika Uislamu.

Al-Fiqh Ala al Madahib al Arba'a na Sheikh Abdurehman Jazri, Juzuu ya 4, ukurasa wa 40:

"Inaruhusiwa kwa mwanamume kuoa binti yake aliyezaliwa kupitia zinaa."

"Msichana aliyezaliwa kupitia zinaa hawi mahram (kwa baba yake) kama wanavyosema Shafiee, kwa sababu hachukuliwi kuwa binti kwa kuwa hakuna urithi kati yao."

Katika istilahi ya kisheria ya Sharia ya Kiislamu, *"mahram"* ni jamaa asiyeweza kuolewa ambaye mahusiano ya kingono naye yangekuwa incest. Hata hivyo, kwa kuwa binti aliyezaliwa kupitia zinaa si binti katika Uislamu, yeye *"hachukuliwi kuwa mahram (amekatazwa) kwa baba yake."* Kwa hivyo, baba anaweza kumuoa. Hali hii inafanya desturi ya kuchukiza ya incest kukubalika katika Uislamu katika mazingira haya. Kile kisichokubalika kinakuwa kinachokubalika. Uovu wa Allah ni wa kushangaza hata kwa Waislamu wengine ambao wanapata ugumu kuukubali mwongozo huu mbaya.

Wanazuoni wengi wa Kiislamu wameweka sheria zinazotokana na Qur'an zinazomruhusu mwanamume kuoa binti yake wa kumzaa ikiwa alizaliwa nje ya ndoa – hata kama anajua kabisa kwamba yeye ni nyama na damu yake mwenyewe. Kwa maneno mengine, anaweza kwa makusudi kumuoa binti yake kwa sababu Uislamu *"haikatazi ndoa na binti wa mama uliyefanya naye zinaa."* Hivyo, Uislamu unaruhusu binti haramu wa mwanamume kuwa mke wake halali.

Hukumu hii ya Kiislamu inasema: *"Inaruhusiwa kwa mwanamume kuoa binti yake aliyezaliwa kupitia zinaa."* Inatambua ukweli kwamba yeye ni *"binti yake"* na bado inaruhusu ndoa ya incest kati ya baba na binti yake.

Je, mtu mwenye akili timamu anaweza kukubali ukosefu huu wa mantiki? Mtu yeyote mwenye chembe ndogo ya heshima ataelewa kwamba ingawa zinaa ni kosa, haibadilishi ukweli kwamba mtoto huyo bado ni binti wa baba huyo wa kumzaa. Ikiwa mwanamume hastahili kumuoa hata binti wa kambo, itakuwaje ikiwa ni binti yake mwenyewe wa kumzaa? Hali hii ya kimaadili iliyo chini mno inashtua sana.

DHAMBI YA KUPINDUKIA YA NDOA YA INCEST INAYORUHUSIWA KATIKA UISLAMU

Ni kweli kwamba mwanamume na mwanamke walitenda dhambi kwa kuzini, lakini kufanya binti wa muunganiko huo kuwa halali kwa baba kumwoa ni dhambi ya kuchukiza sana. Aina hii maalum ya dhambi inayoruhusiwa na Uislamu inakwenda kinyume kabisa na mpangilio wa asili. Wakati Uislamu unapotamka kwamba mtoto *"hachukuliwi kuwa binti,"* unamwadhibu mtoto kwa dhambi za wazazi wake. Ukweli kwamba baba wengi hawatatii amri hii ya Kiislamu unaonyesha kwamba hata wazinzi wana maadili bora zaidi kuliko Allah.

IMANI ISIYO NA MAELEZO NI HATARI

Imani isiyo na uchunguzi huchukua uwezo wa mtu wa kutofautisha mema na mabaya. Uislamu ni moja ya giza la kina zaidi, ambapo wengi huchagua kupuuza ukweli wa mafundisho yao wenyewe. Uislamu unabadilisha maana ya incest kama unavyobadilisha kila kitu kingine. Ndani ya mfumo wa Uislamu, haihesabiki kuwa incest kwa mwanamume kuwa na uhusiano wa kingono na binti yake wa damu ikiwa alizaliwa kupitia uhusiano wa zinaa.

MAFUNDISHO YA ALLAH KUHUSU NGONO HARAMU

Kwa mujibu wa **Tafsiri ya al-Qurtubi,** Allah hakutoa sheria iliyo wazi inayokataza uhusiano wa kingono kati ya baba na binti yake aliyezaliwa kupitia mwanamke aliyefanya naye zinaa. Hali hii inaruhusu incest katika Uislamu.

Hata bila sheria iliyoandikwa, hisia zetu za asili za maadili zinasema kwamba incest ni kosa, bila kujali hali yoyote. Maadili haya ni ya ulimwengu mzima na yanaonyesha sheria ya asili ya mwanadamu.

Warumi 2:14-15:

"Kwa maana watu wa mataifa, wasio na sheria, wanapofanya mambo ya sheria kwa asili yao wenyewe, watu hawa, ingawa hawana sheria, wanakuwa sheria kwa nafsi zao wenyewe. Wao huonyesha kazi ya sheria kuwa imeandikwa mioyoni mwao."

Hata hivyo, Yehova Mungu hakupuuza mambo haya kwa bahati. Yehova Mungu kwa upendo aliwapa waabudu wake maagizo wazi katika Biblia Takatifu ili waweze kutambua na kuepuka aina mbalimbali za mahusiano ya incest.

SHERIA YA YEHOVA DHIDI YANGONO HARAMU KATI YA NDUGU WA DAMU “INCEST”

Mambo ya Walawi 18:6-18:

6 “Mtu yeyote asiwe karibu na jamaa wa karibu ili kuwa na uhusiano wa kingono. Mimi ni Yehova Mungu wenu.
7 *‘Usimvunjie heshima baba yako kwa kuwa na uhusiano wa*

kingono na mama yako. Yeye ni mama yako; usiwe na uhusiano naye.'

8 *'Usiwe na uhusiano wa kingono na mke wa baba yako; hilo litamvunjia heshima baba yako.'*

9 *'Usiwe na uhusiano wa kingono na dada yako, awe binti wa baba yako au mama yako, iwe alizaliwa nyumbani kwenu au mahali pengine.'*

Mambo ya Walawi 18:29-30:

29 *"Kwa maana yeyote anayefanya mojawapo ya mambo haya ya kuchukiza, watu hao wanaoyafanya lazima waondolewe kati ya watu wao."*

30 *"Na lazima mwe waaminifu kwangu ili msifanye mila zozote za kuchukiza ambazo zimekuwa zikifanyika kabla yenu."*

Yehova anasema wazi:

Mambo ya Walawi 18:17:

"Usiwe na uhusiano wa kingono na mwanamke na binti yake."

Yehova alieleza wazi kwamba ni marufuku kabisa kwa mwanamume kuwa na uhusiano wa kingono na *"mwanamke na binti yake."* Ikiwa inakatazwa kwa mwanamume kuwa na uhusiano wa kingono na binti wa mwanamke ambaye si wa damu yake, basi ni makosa zaidi kufanya hivyo na binti wa damu yake. Hata hivyo, hali hii inaruhusiwa katika Uislamu.

KWA KUANZA: SHERIA ZA YEHOVA KUHUSU UHUSIANO WA KINGONO NJE YA NDOA

Kwa mujibu wa sheria za Yehova, uhusiano wa kingono nje ya ndoa takatifu umekatazwa kabisa. Utii wa sheria hii kwa ukamilifu unazuia kupatikana kwa watoto nje ya muungano mtakatifu wa ndoa. Tafadhali soma amri zifuatazo za kimungu katika Biblia Takatifu:

Mambo ya Walawi 18:20:

"Usiwe na uhusiano wa kingono na mke wa jirani yako na kujinajisi pamoja naye."

1 Wakorintho 6:9-10:

"Je, hamjui kwamba watenda mabaya hawataurithi ufalme wa Mungu? Msidanganyike: Wala wazinzi, wala waabudu sanamu, wala wazinzi wa ndoa, wala wanaume wanaoshiriki mapenzi yasiyo ya asili, wala wanaume wanaoshiriki mapenzi ya jinsia moja, wala wezi, wala watu wenye tamaa, wala walevi, wala watusi, wala wanyang'anyi hawataurithi ufalme wa Mungu."

Waefeso 5:3-5:

"Usiruhusu uasherati wala aina yoyote ya uchafu au tamaa hata kutajwa miongoni mwenu. Hii si tabia inayofaa kwa watu watakatifu wa Mungu. Pia, usiwepo mwenendo wa aibu, upumbavu wa maneno, au mzaha wa fedheha, mambo ambayo hayafai, lakini badala yake shukrani. Kwa maana mnafahamu hili, mkijitambua wenyewe, kwamba hakuna mwasherati, mtu asiye safi, wala mwenye tamaa—ambayo ni sawa na kuwa mwabudu sanamu—anayekuwa na urithi katika ufalme wa Kristo na wa Mungu."

DHAMBI YA INCEST KWA MSINGI WA SHERIA ZA MUNGU

Haijalishi jinsi mwanamume anavyopata mtoto, iwe kupitia ndoa, uasherati, au zinaa, mtoto huyo bado ni wa kwake, na kuhusiana kingono na binti yako mwenyewe ni incest. Mafundisho haya maovu ya Uislamu yanatoa sababu kubwa ya kukataa Uislamu.

UBORA WA MAADILI KATIKA BIBLIA

Makala hii inaonyesha asili potovu ya Uislamu na jinsi Biblia Takatifu ilivyo bora zaidi ikilinganishwa na Qur'an kwa suala la maadili na maongozi ya kimungu. Uhusiano wa kingono kati ya baba na binti, mama na mwana, au kaka na dada umekatazwa ulimwenguni kote. Hata hivyo, kama ushahidi ulio katika makala hii unavyoonyesha, ndoa kati ya baba na binti yake wa kumzaa inaruhusiwa katika Qur'an.

MAONI YA ENCIKLOPEDIA BRITANNICA KUHUSU "INCEST" NGONO YA NDUGU WA DAMU

Katika kujadili Incest, *Encyclopedia Britannica* inataja ndoa kati ya wazazi na watoto, na kati ya kaka na dada, ikisema kwamba *"incest inalaaniwa ulimwenguni kote na mara nyingi hukutana na mshangao mkubwa."* (*Micropedia,* Juzuu V, uk. 323).

Makala nyingine inasema:

"Kanuni ya karibu zaidi inayopatikana katika tamaduni zote za kibinadamu ni marufuku ya incest—kukataza uhusiano wa

kingono kati ya mwanamume na mama yake, dada yake, binti yake, au jamaa wengine waliotajwa." (*Macropedia,* Juzuu 10, uk. 479).

MUHIMU KWA WAISLAMU KUFIKIRIA

Ikiwa Waislamu wanakubali Allah kuwa Mungu wa kweli na Uislamu kuwa dini ya kweli na Muhammad kuwa nabii wa kweli, basi wanapaswa pia kukubali mafundisho haya maovu ya incest yaliyokubaliwa katika Uislamu kama mwenendo unaokubalika. Je, Waislamu wanaweza kweli kukubali dini inayomwadhibu mtoto asiye na hatia kwa dhambi za wazazi wake?

HADITH INAYOONYESHA HUKUMU YA MUHAMMAD DHIDI YA MTOTO

Sunan Abu-Dawud, Kitabu cha 29, Hadith ya 3952:

"Imesimuliwa na Abu Hurayrah: Nabii alisema: Mtoto wa zinaa ni mbaya zaidi kati ya hao watatu."

Je, unaweza kukubali upuuzi huu? Mtoto asiye na hatia anawezaje kuchukuliwa kuwa mwenye dhambi zaidi kuliko wazazi waliomleta duniani kupitia zinaa?

KUFUNGUA MACHO YA WAISLAMU

Ukweli kwamba incest inakubalika katika Uislamu unaweza kushangaza Waislamu ambao hawajui mafundisho ya dini yao wenyewe. Tunatumaini makala hii itakuwa wito wa kuwaamsha.

NDOA YA HILLA KATIKA UISLAMU

Wapiga debe wa Uislamu mara nyingi huchukua faida ya ukweli kwamba watu wengi hawajui ukweli wa imani ya Kiislamu kama inavyofundishwa katika Qur'an na kufafanuliwa katika vitabu vya wanazuoni wa awali wa Kiislamu. Hivyo, wanathubutu kudai kwa ujasiri kuwa Uislamu ni dini ya haki na heshima kwa wanawake. Ni wakati udanganyifu huu ufichuliwe. Hii inaweza kuzuia watu fulani kuingia Uislamu bila kutafakari kwa kina. Ukweli ni kwamba, wanawake wa Kiislamu wanateseka sana, mara nyingi kwa ukimya.

Moja ya sababu za mateso yao ni sheria za talaka zisizo ngumu za Kiislamu. Uislamu unafundisha kwamba mume anachotakiwa kufanya ili kumtaliki mke wake ni kusema *"talaq"* mara tatu. *"Talaq"* inamaanisha *"nakutaliki."* Haki hii imepewa wanaume pekee – ni mume tu anayeruhusiwa kuitangaza. Uislamu umempa mume pekee haki ya kutoa talaka. Mke haruhusiwi kutumia haki hii kwa sababu Uislamu unachukulia wanawake kuwa dhaifu kiasili na wenye upungufu wa akili. Mume amefanywa mmiliki wa *"triple talaq."*

UTARATIBU WA TALAKA

Je, ndoa inavunjika tu baada ya tamko la talaq mara tatu? La hasha! Talaq moja inatosha kumaliza ndoa. Kwa kuwa madhumuni ya talaq ni kuvunja ndoa, mume anahitaji kutamka talaq mara moja tu, na ndoa itakoma ikiwa hatarejea kwa mke wake ndani ya kipindi cha kungoja kinachoitwa *iddah,* ambacho kawaida ni vipindi vitatu vya hedhi. Hali ni sawa hata akisema talaq mara mbili. Ikiwa mume ametamka talaka moja au mbili, anaweza kumrudisha mke wake ndani ya kipindi cha *iddah.*

Hata hivyo, ikiwa mume atampa mke wake talaq mara tatu, ndoa inavunjika mara moja na maridhiano hayawezekani. Tamko la talaq mara tatu linahesabika hata likitolewa mara moja katika sentensi moja. Kwa mfano, mume anaweza kusema, *"Nakutaliki mara tatu,"* kwa wakati mmoja. Wanaume wengi wa Kiislamu wamekuwa wakitamka *triple talaq* kwa hasira ya muda mfupi.

QUR'AN NA NDOA YA HILLA

Surah 2:230:

"Basi ikiwa mume amemtaliki mke wake (mara ya tatu), si halali kwake baada ya hayo mpaka mke aoelewe na mume mwingine, naye mume huyo wa pili amtaliki. Basi hapana ubaya kwao kurejeana ikiwa wanaona wataweza kushikamana na mipaka ya Mwenyezi Mungu. Hiyo ni mipaka ya Mwenyezi Mungu, anayoweka wazi kwa wale wanaoelewa." (Yusuf Ali)

Aya ya 2:230 ni mojawapo ya maagizo ya kidini yasiyo na maadili zaidi kuwahi kutolewa. Aya hii inafafanua wazi kwamba ikiwa mume atamtaliki mke wake mara ya tatu, mke huyo hatakuwa halali kwake tena mpaka aoelewe na mwanaume mwingine. Kwa mfano, ikiwa mwanamume wa Kiislamu atatoa *triple talaq* kwa hasira, kisha akabadili nia, hawezi kubaki kama mume wake tena. Hata hawawezi kuoana tena hata kama wote wanataka kuanza upya.

Sheria ya Kiislamu inadai kwamba mke lazima kwanza aoelewe na mwanaume mwingine, afanye uhusiano wa ndoa naye, na kisha mwanaume huyo amtaliki tena kabla ya kuwa halali kwa wanandoa wa awali kuoana tena.

MASHARTI YA NDOA YA HILLA

Sheria ya *Hilla Marriage* inabainisha kwamba hii haiwezi kuwa ndoa ya karatasi tu. Sheria ya Allah inahitaji kwamba mwanamke lazima aingie katika mahusiano ya kingono na mume wa pili kabla ya kurudi kwa mume wake wa kwanza. Utaratibu huu unatumika kote ulimwenguni wa Kiislamu, na hufuatwa inapohitajika kwa sababu umethibitishwa katika Qur'an na Hadith.

Mwanaume anayemuoa mwanamke aliyepewa talaka mara tatu kwa lengo la kumfanya halali tena kwa mume wake wa awali anajulikana kama *"Muhallil,"* maana yake *"anayefanya halali."* Ndoa hii inaitwa *"Nikah Hilla."* Ndoa yenyewe hufanyika kwa nia ya talaka baadaye, na hivyo inakuwa aina nyingine ya ndoa ya muda katika Uislamu.

ATHARI KWA WANAWAKE

Inapaswa kusisitizwa kwamba ili kumfanya mwanamke halali kwa mume wake wa awali, uhusiano wa kingono kati ya mwanamke na *Muhallil* ni wa lazima. Hili ni sharti kali linalodhihirisha kutojali kabisa hisia za mwanamke katika safari yake ya kurudi kwa mume wake wa awali.

SHERIA YA NDOA YA HILLA KATIKA UISLAMU

Sheria ya Ndoa ya Hilla inasisitiza kwamba ndoa hii haiwezi kuwa ya mkataba wa karatasi tu – ndoa rasmi isiyotekelezwa. Sheria ya Allah inahitaji mwanamke kushiriki mahusiano ya ndoa ya kingono na mume wa pili kabla ya kurudi kwa mume wake wa kwanza. Utaratibu huu unatekelezwa kote ulimwenguni wa Kiislamu na hutumika kila inapohitajika kwa sababu umethibitishwa wazi katika Qur'an na Hadith. Kutokana na agizo hili la kidini lililo wazi na lisilopingika katika Qur'an, hapakuwa na mjadala wowote kuhusu uhalali wa sheria hii miongoni mwa shule mbalimbali za Sheria ya Kiislamu.

Mwanaume anayemuoa mke aliyetalikiwa kwa lengo la kumfanya awe halali tena kwa mume wake wa awali anajulikana kama *"Muhallil,"* linalomaanisha *"anayefanya kuwa halali."* Hii ni kwa sababu anamfanya mwanamke kuwa halali kwa kurudi kwa mume wake wa zamani kwa kumuoa kwa usiku mmoja na kisha kumtaliki. Ndoa na Muhallil inajulikana kama *"Nikah Hilla."* Ndoa hii hufanyika kwa nia ya talaka, na hivyo inakuwa aina nyingine ya *"ndoa ya muda"* katika Uislamu.

Inapaswa kusisitizwa tena kwamba ili kumfanya mke awe halali kwa mume wake wa awali, mahusiano ya kingono kati ya mwanamke na *Muhallil* ni ya lazima. Hili ni sharti kali linalodhihirisha kutojali kabisa heshima na hisia za mwanamke katika safari yake ya kurudi kwa mume wake wa zamani.

USHUHUDA KUTOKA KWA WATAFITI WA KIISLAMU NA HADITH

Sir W. Muir, mwandishi maarufu wa wasifu wa Mtume Muhammad, aliandika:
"Hata kama hatua hiyo ni ya dhuluma au yenye madhara, hata kama matokeo yake ni makali kwa mwanamke asiye na hatia au watoto wake, hata kama mume anataka kurekebisha kosa

lake, – uamuzi hauwezi kubadilishwa; mke aliyepewa talaka anaweza kurudi kwa mume wake lakini kwa sharti moja, na hilo ni lazima aolewe kwanza na mwanaume mwingine, na baada ya mahusiano ya ndoa (kwa ukamilifu) kisha atalikwe tena." (The Life of Mahomet).

Katika Hadith ya *Sahih Bukhari,* kuna maelezo yanayothibitisha suala hili:

Sahih Bukhari, Juzuu ya 7, Kitabu cha 63, Hadithi Namba 186:
Imepokewa na 'Aisha: Mke wa Rifa'a Al-Qurazi alimwendea Mtume wa Allah na kusema, *"Ewe Mtume wa Allah! Rifa'a amenitaliki milele. Baada yake, nikaolewa na 'Abdur-Rahman bin Az-Zubair Al-Qurazi, lakini alionekana kuwa tasa."* Mtume wa Allah alisema, *"Labda unataka kurudi kwa Rifa'a? Hapana (huwezi kurudi kwa Rifa'a) mpaka wewe na 'Abdur-Rahman mtimize ndoa yenu."*

Hadithi hii haijarekodiwa tu katika *Sahih Bukhari,* bali pia imethibitishwa na wanazuoni kama al-Baydawi na al-Suyuti.

Sahih Bukhari, Juzuu ya 7, Kitabu cha 63, Hadithi Namba 187:
Imepokewa na 'Aisha: Mwanamume alimtia talaka mke wake mara tatu, kisha mwanamke akaolewa na mwanaume mwingine ambaye pia alimtaliki. Mtume aliulizwa ikiwa anaweza kuolewa tena na mume wake wa kwanza. Mtume alijibu, *"Hapana, hawezi kuolewa na mume wake wa kwanza mpaka mume wa pili atimize ndoa naye, kama vile mume wa kwanza alivyoifanya."*

MADHARA YA KIUNYANYASAJI NA KIHESHIMA KWA WANAWAKE

Je, kuna njia ya kudhalilisha na kuvunja heshima ya mwanamke zaidi ya hii? Kwa Allah na Muhammad kuweka sharti kama hili kwa mke ili arudi kwa mume wake wa awali ni kumdhalilisha na kumuaibisha. Kwa nini hatua ya kuingiza ndoa ya pili na talaka ya pili iwe hitaji la kidini lililothibitishwa kabla ya wanandoa waliotalikiana kurekebisha tofauti zao na kurudiana?

Kutatua tatizo la talaka ya haraka kwa kuanzisha ndoa ya muda mfupi yenye talaka nyingine ya haraka ni ujinga. Makosa mawili hayawezi kufanya jambo kuwa sahihi! Zaidi ya hayo, aina hii ya ndoa ya muda na *Muhallil* ina uwezekano wa kuwa ukahaba wa kidini unaofumbiwa macho.

UNYANYASAJI WA WANAWAKE KATIKA NDOA YA HILLA KATIKA UISLAMU

Huu unyanyasaji wa wanawake si wa bahati mbaya au makosa ya nadra katika Uislamu, bali ni sehemu ya msingi ya theolojia yake. Uislamu hauwaheshimu wanawake bali unakuwa chanzo cha udhalilishaji wao, kukosa heshima, maumivu, mateso, na mara nyingine hata vifo vyao. Tatizo liko moja kwa moja katika Uislamu. Kwa nini mke asiye na hatia analazimika kubeba adhabu kwa kosa lililofanywa na mume aliyetoa talaka kwa haraka? Kwa nini anapaswa kudhalilishwa kwa ndoa nyingine na talaka nyingine kabla ya kurudi kwa mume wake? Je, mwanamke mwenye heshima atakubali kutekeleza tendo kama hili la kudhalilisha? Kwa nini isiwezekane kwa Allah kuweka sheria inayofaa zaidi – sheria ambayo ni ya haki kwa mke – ili kushughulikia hali kama hizi?

Sheria ya kiungu inayomwacha mkosaji huru na kumwadhibu asiye na hatia haiwezi kuwa ya kiungu. Hata sheria za kibinadamu zinajaribu kuwa na kiwango fulani cha haki, lakini si za Allah. Ni lazima kuwekwa wazi kabisa kwamba Allah ndiye hasa anayehusika na janga hili katika Uislamu. Kama tulivyojifunza awali, mume anatakiwa tu kutamka "talaq" mara tatu mdomoni, na ndoa inavunjika. Kama si kwa sheria rahisi za talaka za Allah, mwanamume Mwislamu hawezi kamwe kumtaliki mke wake milele katika hali ya hasira ya ghafla. Kwa hivyo, unadhani nani ndiye chanzo cha msiba huu?

Kwa sababu ya sheria za talaka rahisi za Allah, mwanamume Mwislamu anaweza kumtaliki mke wake kwa hasira ya ghafla, hali ambayo baadaye hujuta na kufanya kila juhudi kumrudisha kwake. Bila shaka, mwanamke naye angependa kurudi kwa mume wake na watoto wake ambao huenda bado ni wadogo sana. Je, ni jambo la busara, kulingana na maadili ya msingi ya utu na heshima, kwa Allah kusema kuwa si halali kwa mwanamke huyo kurudi kwa mume wake na watoto wake isipokuwa awe ameshiriki mahusiano ya kingono – angalau mara moja – na mgeni kabla ya kurudi kwa familia yake?

JE, HII SI UDHALILISHAJI MKUBWA WA MWANAMKE?

Tena tunapaswa kujiuliza, "Kwa nini Allah anamwadhibu mke kwa njia hii ya kudhalilisha kabisa, kwa tamko la haraka la talaka lililotolewa kwa hasira na mume?" Kwa kweli, anabeba gharama – kwa bei ya heshima yake – kwa upumbavu wa sheria rahisi za talaka za Allah. Sheria za Allah zina tabia ya kuwaadhibu wasio na hatia. Je, hili halionyeshi asili ya ukatili wa Allah? Wake wa Kiislamu wamenaswa kati ya mume asiye na udhibiti wa hasira na mungu asiye na busara. Hii ndiyo hadithi ya Uislamu wa kweli.

Tendo la kingono kati ya mke na Muhallil linaweza kuchukuliwa kama ubakaji ulioidhinishwa kidini. Utekelezaji wa kushiriki kingono na mgeni hulazimishwa kwake na sheria za Uislamu – akiachwa bila chaguo jingine. Pia anatenda chini ya tishio la kumpoteza mume wake ikiwa hatatii. Akikataa, anamkosa mume wake; akikubali, anapoteza heshima yake. Anapoteza kwa njia zote mbili. Kama vile mbakaji anavyowaacha wahasiriwa wake bila chaguo, ndivyo Uislamu unavyofanya. Chaguo pekee lililobaki kwake ni kujihusisha kingono na mgeni – Muhallil – ili kumrudia mume wake. Unadhani nani ndiye mbakaji hapa?

WAISLAMU WANADAI KUWA NI KIKWAZO KWA TALAKA YA HARAKA

Wanazuoni wa kisasa wa Kiislamu, wanaotetea sheria hii, wanadai kuwa sheria ya Hilla iliyowekwa na Allah ni kikwazo cha kutojali kwa wanaume Waislamu. Wanasema madhumuni yake ni kufanya iwe vigumu kwa wanaume kuwataliki wake zao, labda kwa hasira ya ghafla. Lakini hebu tuchunguze uongo wa wanazuoni hawa. Ikiwa hoja ya wanazuoni hawa ni kweli, basi inathibitisha tu kwamba sheria za Allah ni za kihalifu kwa asili.

Wahalifu huendesha kazi zao kwa mtindo huu. Ili kupata ushirikiano wa mtu dhidi ya mapenzi yake, huwa wanatishia kuumiza familia yake. Vivyo hivyo, Allah anatishia kuharibu heshima, utu, na staha ya mke ili kumlazimisha mume kufuata sheria zake. Na kama hawa wahalifu, Allah pia hutekeleza tishio lake pale ambapo hakuna kufuata.

NDOA YA HILLA KATIKA UISLAMU: MAHOJIANO YA KINA

Aidha, ikiwa lengo ni kuwafanya waume kuwa na ugumu wa kuwataliki wake zao, kwa nini kwanza kabisa Allah alitunga sheria zinazomruhusu mume Mwislamu kumtaliki mke wake kwa urahisi wa hali ya juu? Yote anayohitajika kufanya ni kutamka "talak" mara tatu. Je, hii siyo kinyume na madai kwamba nia ya Allah ni kuwafanya waume wa Kiislamu kuwa na ugumu wa kuwataliki wake zao? Zaidi ya hayo, ikiwa nia ni kuwafanya waume kuwa na ugumu wa kuwataliki wake zao, kwa nini adhabu na udhalilishaji uelekezwe kwa wake badala ya waume?

Kwa kweli, hoja za wanazuoni wa Kiislamu za kuhalalisha Ndoa ya Hilla ni jaribio la kuficha aibu ya desturi hii ya kudhalilisha. Uislamu umejengwa juu ya uongo na udanganyifu. Fikiria hili: kwa kuwa sheria ya Ndoa ya Hilla haitumiki kwa mamilioni ya wake wanaotalikiwa makusudi na waume zao – kwa kukusudia, bila nia ya kuwarudisha – inawezekanaje kudai kwamba Allah alitunga sheria hii ili kuwafanya waume wa Kiislamu kuwa na ugumu wa kuwataliki wake zao? Ikiwa kweli Allah anapenda kuzuia talaka miongoni mwa wafuasi wake, kama wanazuoni hawa waongo wanavyotaka tuamini, je, si bora aanze kwa kutunga sheria zitakazozuia talaka za kukusudia ambazo ndizo sehemu kubwa ya talaka? Je, kuna sheria yoyote ya kuzuia talaka za makusudi katika Uislamu? Hakuna.

Ndiyo! Ikiwa Allah kweli anapenda kuzuia talaka kati ya wafuasi wake, sheria za kuzuia zingewekwa hasa kwa kundi hili la watu wanaotaliki wake zao kwa makusudi. Kuna mantiki gani kutunga sheria za kumwadhibu mkosaji ambaye baadaye anajuta, huku hakuna sheria hata moja katika

Uislamu ya kumwadhibu mkosaji wa makusudi wa kosa hilo hilo?

Surah 2:227: "Lakini ikiwa nia yao ni ya dhati kwa talaka, Allah anasikia na kujua kila jambo."

Hakuna adhabu yoyote ya kuzuia inayotolewa na Allah "ikiwa nia yao ni ya dhati kwa talaka." Badala yake, katika aya zinazofuata **Surah 2:227**, Allah anaelezea taratibu sahihi za Kiislamu za talaka. Allah "anajua kila jambo" lakini hawahukumu wale wanaotaliki makusudi. Huwezi kupata tamko lolote la kuzuia talaka kwa namna ya adhabu sawa na **Nikah Hilla** katika aya yoyote ya Qur'an au Hadith kwa wale wanaotaliki wake zao kwa makusudi. Allah haelewi chochote kuhusu hisia, maumivu, au mateso ya mwanamke. Wengi wanakosea kuamini kwamba Uislamu unawaheshimu wanawake na kuwapa heshima. Wale wanaoamini hivyo huenda hawajasoma aya za Qur'an au maneno ya Muhammad kuhusu wanawake. Wanasiasa wa Kiislamu ni mabingwa wa kutumia nukuu teule kuwapotosha watu kuamini kwamba Uislamu unawaheshimu wanawake. Hawa wanafiki hata hudai kwamba mke anasafishwa kupitia ndoa ya Hilla ili kurejeshwa kwa mume wake.

JE, MUNGU MWENYE UPENDO ATATOA SHAURI KAMA HILI?

Je, Mungu mwenye upendo atatoa sharti kwamba njia pekee kwa mwanamke kurejesha familia yake ni kwa kutoa mwili wake kimapenzi kwa mgeni? Je, huwezi kuhisi hali ya kukata tamaa ambayo Uislamu unawalazimisha wanawake hawa kupitia? Je, wanawake hawana maana yoyote kwa Allah na Muhammad? Je, huu ndio uadilifu katika Uislamu – kuwaacha wenye hatia bila adhabu na kuwaadhibu wasio na hatia? Hii ni mojawapo ya sheria za kudhalilisha, chafu, na zisizo za haki kabisa dhidi ya wanawake. Je, ungekubaliana na hukumu hii ikiwa ingekuwa imewekwa kwa mama yako, dada yako, mke wako, au binti yako? Mungu apishe mbali hili lisitokee kamwe. Hii ni mojawapo ya sababu kubwa za kuthibitisha kwamba Uislamu hauwezi kuwa dini ya Mungu wa kweli. Hakuna upendo katika sheria za Uislamu. Na Mungu ni upendo.

Sheria za **Biblia Takatifu** haziruhusu mume kumtaliki mke wake kiholela au kwa hasira ya ghafla. Hakuna nafasi kwa talaka ya haraka au isiyojali katika sheria za Ukristo kama vile "talak tatu" za Uislamu. Talaka ni jambo zito na inakubalika tu kwa sababu ya uzinifu.

Mathayo 5:32: "Lakini mimi nawaambia, kila mtu anayemwacha mke wake, isipokuwa kwa sababu ya uasherati, humfanya kuwa mzinzi."

Zaidi ya hayo, imeandikwa katika Biblia kwenye **1 Petro 3:7**:

"Hali kadhalika, ninyi waume, kaeni na wake zenu kwa akili, mkiwapa heshima kama chombo kisicho na nguvu zaidi, kwa kuwa ninyi ni warithi pamoja wa neema ya uzima, ili maombi yenu yasizuiliwe."

Ni tofauti kubwa sana na Uislamu. Katika Biblia, Mungu anawaambia waume Wakristo kuwaheshimu wake zao. Hitaji hili si kauli ya kupita tu. Mungu alionya waume Wakristo kwamba maombi yao yangezuiwa – yasikubalike – ikiwa wangekosa kuwaheshimu wake zao. Kwa mume anayemheshimu mke wake, hata wazo la kumtaliki mke wake halitapita akilini mwake – haijalishi atakuwa amekasirika kiasi gani. Na kwa wake, angalizo lifuatalo limepewa katika Biblia Takatifu:

Waefeso 5:33: "Mke na amheshimu sana mume wake."

Haya ni mahitaji ya Mungu kwa mume Mkristo na mke wake katika ndoa yao takatifu. Haya ni mahitaji yanayochangia kuleta heshima na staha ndani ya familia. Ndiyo, kwa nini Mungu awaone wanawake kwa njia tofauti? Heshima na utu huu pia unahifadhiwa kwa mwanamke yeyote ambaye yuko tayari kujinyenyekesha kwa sheria za juu za Yehova Mungu.

Wengi hawajui ukweli kwamba Uislamu ni dini inayopendelea jinsia moja. Unapendelea wanaume na una ubaguzi dhidi ya wanawake. Hawajaambiwa ukweli wa dhati kuhusu Uislamu. Wanawake Waislamu – hasa wale ambao bado wanatetea mafundisho ya Uislamu – wanapaswa kusoma Hadithi zifuatazo:

Sahih Bukhari, Juzuu ya 7, Kitabu cha 62, Hadithi Namba 30:
Imesimuliwa na Abdullah bin 'Umar: Mtume wa Allah alisema, "Shari ipo kwa wanawake, nyumba, na farasi."

Sahih Muslim, Kitabu cha 008, Hadithi Namba 3240: Jabir ameripoti kwamba Mtume wa Allah (amani iwe juu yake) alimwona mwanamke, akaenda kwa mke wake, Zainab, wakati alikuwa akichuna ngozi, na akafanya naye tendo la ndoa. Kisha aliendа kwa Masahaba wake na kuwaambia: Mwanamke anakuja na kurudi kwa mfano wa shetani, kwa hiyo anapomwona mmoja wenu mwanamke, na aende kwa mke wake, kwa maana hilo litazima hisia alizonazo moyoni mwake.

Sahih Bukhari, Juzuu ya 7, Kitabu cha 62, Hadithi Namba 33:
Imesimuliwa na Usama bin Zaid: Mtume alisema, "Baada

yangu, sijaacha jaribu lolote lililo hatari zaidi kwa wanaume kuliko wanawake."

Ni msiba mkubwa kuwa mwanamke katika Uislamu. Sheria za Allah zinawabagua wanawake kwa kiwango kikubwa. Njia pekee ambayo Allah ameacha kwa wake Waislamu ni kuvumilia matokeo ya sheria zake zisizo za kimaadili. Aibu ya Uislamu ni kubwa mno. Tutamalizia makala haya na aya inayofaa kutoka Biblia:

Waefeso 5:28-29: "Vivyo hivyo, waume nao wawapende wake zao kama miili yao wenyewe. Ampendaye mke wake hujipenda mwenyewe. Kwa maana hakuna mtu aliyepata kuuchukia mwili wake mwenyewe; bali huulisha na kuutunza, kama Kristo naye anavyofanyia kanisa." – Biblia Takatifu.

SEHEMU YA 03

USHAHIDI USIOPINGIKA – ALLAH ALISEMA UONGO KATIKA QUR'AN

Shukrani kwa makala zilizofanyiwa utafiti wa kina na wanazuoni wanyofu juu ya mada ya Uislamu, ukweli kuhusu Uislamu umewekwa wazi zaidi kuliko hapo awali. Makala zinazoanika Uislamu zinapatikana kwa urahisi leo kwenye mtandao. Hata hivyo, Waislamu wanadai kwamba makala hizi zote zinategemea uongo. Wanatoa madai haya kwa makusudi, ingawa kilichoandikwa kinategemea vyanzo vyao wenyewe vya Kiislamu. Madai kama haya hutolewa ili kuwadanganya wale wasiofahamu mafundisho ya Uislamu. Waislamu hudanganya kwa urahisi bila dhamira kuwahangaisha kwa sababu wanaidhinishwa kufanya hivyo kulingana na mafundisho ya Allah katika Qur'an. Wanapodanganya, wanaiga tabia ya mungu wanayemwabudu. Tutatumia Qur'an na vyanzo vya Kiislamu vilivyo sahihi kuthibitisha bila shaka yoyote kwamba Allah ni mwongo. Kufikia mwisho wa makala haya, itakuwa wazi kwamba Allah alidanganya katika Qur'an. Wacha tuanze.

Kulingana na Qur'an, muujiza wa mwisho uliofanywa na Allah ulikuwa "muujiza wa kutoka ngamia wa kike mkubwa katikati ya mwamba." Unaweza kusoma kuhusu muujiza huu wa mwisho wa Allah katika aya ifuatayo ya Qur'an:

Surah 7:73: "Hakika imekujieni ishara iliyo wazi (muujiza wa kutoka ngamia wa kike mkubwa katikati ya mwamba) kutoka kwa Mola wenu." (Hilali-Khan)

Na Qur'an inaendelea kusema kwamba mara baada ya tukio hili la kimuujiza, Allah aliacha kutuma miujiza kwa wanadamu. Kwa nini? **Surah 17:59** inatoa jibu. Kwa kuzingatia umuhimu wa aya hii ya Qur'an, tumetoa tafsiri nne tofauti hapa chini:

Surah 17:59: "Na hatukufanya ishara kuacha kutumwa ila kwa sababu watu wa vizazi vya zamani waliikanusha: Tuliwatumia Thamud ngamia wa kike kuwafumbua macho, lakini walimtendea dhuluma: Sisi hatutumii ishara ila kwa njia ya kuwatia hofu." (Yusuf Ali)

"Na ni nini kilichotuzuia kutuma ishara isipokuwa kwamba watu wa kale waliikataa. Na tuliwapelekea Thamud ngamia wa kike mwenye hekima, lakini walimtendea dhuluma. Na hatutumii ishara ila kuwafanya wawe na hofu." (The Monotheist Group)

"Na hakuna kilichotuzuia kutuma miujiza isipokuwa kwamba wa zamani waliikataa. Na tuliwapa Thamud ngamia wa kike, ishara ya wazi, kisha wakamtendea vibaya. Na hatutumii miujiza ila kwa kuwatia hofu." (Ali Bakhtiari Nejad)

"Hakuna kilichotuzuia kukutuma na miujiza, isipokuwa kwamba mataifa ya zamani waliituhumu kwa udanganyifu. Tuliwapa kabila la Thamud, (kwa ombi lao), ngamia wa kike aliyeonekana (machoni mwao); lakini walimtendea dhuluma: Na hatutumii nabii mwenye miujiza, ila kupiga hofu." (Sale)

Kama tunavyoweza kuona, maneno "ishara" na "miujiza" yanatumika kwa maana sawa katika aya za Qur'an hapo juu. Vyote vinamaanisha miujiza ya wazi ya Allah inayoweza kuonekana. Ishara au muujiza katika tukio hili mahsusi ulikuwa katika sura ya ngamia wa kike ambaye Allah alisababisha kwa njia ya kimuujiza kutoka katika mwamba. Muujiza huu ulitumwa kwa watu wa Thamud ili kuwaamsha na kuwafanya wamtubu Allah. Hata hivyo, walimtendea ngamia huyo vibaya na kumuua bila haki. Baada ya tukio hili la kusikitisha, Allah aliamua kutotuma miujiza tena siku zijazo.

NI VIGUMU KUAMINI KWA NINI WAISLAMU WANAAMINI HILI LA ALLAH

Ni vigumu kuelewa jinsi Waislamu wanavyoweza kuamini kisingizio hiki cha Allah. Kwa hakika, Allah anasema: "Hatutoi miujiza tena kwa sababu watu wa Thamud waliua ngamia wetu wa kike." Huu ni udhuru dhaifu usio na msingi. Tunahisi kana kwamba Allah alishindwa na wanadamu wa kawaida. Soma tena kwa makini aya ya Qur'an hapo juu. Inasema wazi:

"Tunajizuia kutuma Ishara kwa sababu watu wa vizazi vya zamani walizikataa."

Hii ni makosa mengine katika Qur'an. Kinyume na madai ya Allah, maelfu ya Wayahudi na Wakristo wa "vizazi vya zamani" waliokuwa hai kabla ya wakati wa Muhammad walionyesha imani kubwa katika miujiza iliyofanywa na Musa na Yesu. Na leo, mamilioni zaidi wanaendelea kuwa na imani na miujiza iliyorekodiwa katika Biblia. Qur'an yenyewe inakubali kwamba hata wachawi wa Misri waliposhuhudia miujiza yenye nguvu iliyofanywa na Musa, waliacha mazoea yao ya kishetani na kumgeukia Mungu wa kweli. (**Surah 7:113-122**) Hata walipokabiliwa na tishio la kifo kwa kusulubiwa na Farao, wachawi waliotubu walijibu:

Surah 7:125: "Hakika sisi tunarudi kwa Mola wetu tu." (Yusuf Ali)

Hii inathibitisha wazi kwamba Allah alisema uongo aliposema kwamba watu wa zamani hawakuamini miujiza. Allah alihitimisha **Surah 17:59** kwa maneno makali na ya kutisha:

"Hatutumi Ishara isipokuwa kwa njia ya kuwatia hofu."

"Tunatuma Ishara kwa njia ya kutisha tu."

Hii ina maana kwamba, ikiwa Allah atatuma Ishara yoyote siku zijazo, itakuwa ni "kwa njia ya kutisha." Kwa maneno mengine, hakutakuwa tena na miujiza yenye kuinua roho kama kurudisha uoni kwa vipofu, kuponya wenye ukoma, au kuwafufua wafu. Bila miujiza, sasa Allah anataka kuwatisha wasioamini ili watii. Hata hivyo, hata katika jaribio hili, Allah anashindwa. Katika aya inayofuata, Allah anakiri kwamba hata kitendo hiki cha kuwatisha wasioamini kilizidisha maasi yao:

Surah 17:60: "Tulitia hofu na onyo ndani yao, lakini lilizidisha tu uasi wao wa kupindukia!" (Yusuf Ali)

Kama tulivyoona, Allah alisema uongo waziwazi katika Qur'an aliposema kwamba watu waliokuwa hai zamani hawakuamini miujiza iliyotumwa na Mungu. Hata hivyo, uongo huu wa Allah ni wa kawaida ukilinganisha na uongo tutakaojadili baadaye. Kuna ushahidi wenye nguvu zaidi katika Qur'an unaoonyesha wazi kwamba Allah ni mwongo. Hebu sasa tuangalie ushahidi huu.

MUNGU MWONGO

Sasa tutachambua athari za **Surah 17:59** kwa makini. Uchunguzi wa kina wa aya hii ya Qur'an utafichua ukweli ufuatao:

Moja: Surah 17:59 inaonyesha wazi kwamba Allah **"aliacha kutuma miujiza"** baada ya watu wa Thamud kumuua ngamia wake wa kike wa kimiujiza. Hii inamaanisha kwamba muda mrefu kabla ya kuja kwa Muhammad, Allah alikwishaamua kuacha kutuma miujiza kwa wanadamu. Kwa hivyo, kulingana na aya hii ya Qur'an, Muhammad hakuweza kufanya miujiza yoyote. Hii inamaanisha kwamba kila mara Waislamu wanapodai kuwa Nabii wao alifanya miujiza, kwa wakati huo huo wanathibitisha kwamba Qur'an yao ni ya uongo – haswa aya ya **Surah 17:59**.

Mbili: Surah 17:59 inataja wazi sababu maalum ya Allah kuacha kutuma miujiza. Inasema wazi kwamba Allah aliona haifai kufanya miujiza tena kwa sababu **"watu wa vizazi vya zamani waliziona kuwa za uongo."** Kwa maneno mengine,

Allah aliacha kutuma miujiza kwa sababu watu wa zamani hawakuziamini.

Tatu: Surah 17:59 inaonyesha wakati gani Allah aliamua kuacha kutuma miujiza.

Sasa tutachunguza **Surah 17:59** kwa undani zaidi. Uchunguzi huu ni muhimu kuthibitisha bila shaka kwamba Allah ni mwongo na Qur'an ni uongo. Tutaanza kwa kutambua jina la Nabii aliyewatumwa watu wa Thamud wakati wa tukio la kihistoria la ngamia wa kimiujiza. Kujua undani huu ni muhimu sana kwa mjadala wetu:

Surah 7:73: "Na kwa Thamud tuliwatuma ndugu yao, Saleh. Akasema: 'Enyi watu wangu! Mwabuduni Allah; hamna mungu mwingine ila Yeye. Sasa amekujieni ishara iliyo wazi kutoka kwa Mola wenu! Huyu ngamia wa kike wa Allah ni ishara kwenu. Basi muacheni ale katika ardhi ya Allah, na msimdhuru, au mtapatwa na adhabu kali.'"

Surah 7:75: "Wakuu wa kiburi miongoni mwa watu wake waliwaambia wale waliodharauliwa – miongoni mwa wale waliomuamini: 'Je, mnajua kwa yakini kwamba Saleh ni Mtume kutoka kwa Mola wake?' Wakasema: 'Hakika tunaamini katika ufunuo uliotumwa kupitia kwake.'"

Surah 7:77: "Kisha wakamchinja ngamia wa kike kwa kukata mshipa wake wa nyuma, na kwa kiburi wakapinga amri ya Mola wao, wakisema: 'Ee Saleh! Leta vitisho vyako ikiwa wewe ni Mtume wa Allah!'" (Yusuf Ali)

Kama inavyoonyeshwa na aya hizi za Qur'an, ni Nabii Saleh aliyewatumwa watu wa Thamud. Kutokana na kitendo cha ukaidi cha watu wa Thamud, Allah alitangaza katika **Surah**

17:59 kwamba hatatuma tena miujiza kwa wanadamu baada ya tukio hili la kusikitisha. Ingawa Qur'an haijataja hasa ni kipindi gani Nabii Saleh alitumwa kwa watu wa Thamud, tunaweza kusema kwa uhakika kwamba ilikuwa kabla ya wakati wa Yesu Kristo. Kwa nini tunasema hivi? Hii ni kwa sababu, kulingana na Muhammad mwenyewe, hakuna manabii waliotumwa kwa wanadamu kati ya wakati wa Yesu na Muhammad. Kwa maneno mengine, nabii pekee aliyekuja baada ya Yesu alikuwa Muhammad.

Sahih Muslim, Kitabu cha 030, Hadithi Namba 5835:

Abu Huraira alisimulia kwamba Mtume wa Allah (amani iwe juu yake) alisema: "Mimi ni mtu wa karibu zaidi na Yesu Kristo miongoni mwa wanadamu wote, na Manabii wote wana mama tofauti lakini wanashiriki dini moja, na hakuna Nabii aliyeinuliwa kati yangu na Yesu."

Hadithi hii inasema wazi kwamba **"hakuna Nabii aliyeinuliwa kati ya (Muhammad) na Yesu."** Hii inamaanisha kwamba Nabii Saleh hakuweza kutumwa baada ya Yesu, bali kabla yake. Vinginevyo, ingemweka Nabii Saleh kati ya Yesu na Muhammad, jambo ambalo halipatani na Hadithi hii. Kwa hivyo, Allah lazima alikoma kutuma miujiza muda mrefu kabla ya Yesu kuja duniani.

Hata hivyo, Qur'an inafundisha kwamba Yesu alifanya miujiza mingi kupitia msaada wa kiungu wa Allah. Inaelezea hata baadhi ya miujiza aliyofanya:

Surah 3:49: "Na (Yesu alisema), mimi naponya vipofu na wenye ukoma, na ninafufua wafu kwa idhini ya Allah." (Shakir)

Swali ni hili: Inawezekanaje haya yawezekane wakati Qur'an inasema kwamba Allah alikoma kutuma miujiza muda mrefu kabla ya wakati wa Yesu? Hii inathibitisha kwamba ushahidi wa Allah katika Qur'an ukidai kuwa yeye ndiye chanzo cha kazi zenye nguvu za Yesu ni uongo kabisa. Kwa kukiri kwake mwenyewe katika Qur'an, Allah hangeweza kumpa Yesu nguvu za kimiujiza. Hivyo basi, Allah alidanganya katika Qur'an.

Je, nani basi alikuwa chanzo cha miujiza yenye nguvu ya Yesu? Biblia inatambua wazi chanzo cha kweli cha miujiza alizofanya Yesu akiwa duniani:

- **Matendo 2:22:** "Enyi watu wa Israeli, sikilizeni maneno haya: Yesu Mnazareti alikuwa mtu aliyeonyeshwa kwenu hadharani na Mungu kupitia kazi zenye nguvu na maajabu na ishara ambazo Mungu alizifanya kupitia yeye miongoni mwenu, kama ninyi wenyewe mnajua."
- **Matendo 10:38:** "Jinsi Mungu alivyomtia Yesu wa Nazareti mafuta kwa Roho Mtakatifu na kwa nguvu. Yesu alikwenda akitenda mema na kuponya wote waliokuwa wakionewa na Ibilisi, kwa sababu Mungu alikuwa pamoja naye."

Chanzo cha kweli cha miujiza yenye nguvu ya Yesu Kristo ni Mungu wa Biblia Takatifu, ambaye jina lake ni **Yehova.** Sio tu kwamba Yehova alisababisha kuzaliwa kimiujiza kwa Yesu, bali pia alimpa Yesu uwezo wa kiungu kufanya miujiza mingi yenye nguvu.

Kwa kuwa Qur'an inasisitiza miujiza maalum aliyofanya Yesu katika **Surah 3:49,** Waislamu wanaokubali ukweli wa miujiza ya Yesu katika Qur'an pia lazima wakubali kwamba Allah ni mwongo. Waislamu watawezaje kupatanisha kauli ya

Allah kwamba alikoma kutuma miujiza muda mrefu kabla ya wakati wa Yesu na dai lake katika Qur'an kwamba alimpa Yesu uwezo wa kufanya miujiza?

Ni kauli ipi ni ya kweli? Je, si dhahiri kwamba Allah ni mlaghai anayejifanya kuwa Mungu wa Abrahamu, Isaka, na Yakobo? Allah alidanganya waziwazi katika Qur'an aliposema:

Surah 2:87: "Tulimpa Yesu, mwana wa Maryam, miujiza mikubwa na tukamuunga mkono kwa Roho Mtakatifu." (Khalifa)

Hii pia inazua maswali muhimu kuhusu chanzo cha ufunuo wa Qur'an. Je, Allah aliyekoma kutuma miujiza muda mrefu kabla ya Yesu kuja duniani na Yehova aliyefanya miujiza mingi yenye nguvu kupitia Yesu wanaweza kuwa Mungu yule yule? **Hapana!**

Hii inamaanisha kwamba aidha **Allah** au **Yehova** ndiye Mungu wa kweli – si wote wawili. Waislamu hawawezi kupuuza suala hili muhimu kwa kuwa Qur'an yenyewe inakiri kwamba Mungu alifanya miujiza mingi yenye nguvu kupitia Yesu Kristo. (**Surah 3:49** na **Surah 2:87**). Na Qur'an yenyewe inakiri kwamba Mungu alisababisha kuzaliwa kimiujiza kwa Yesu (**Surah 19:19**). Kwa hivyo, Qur'an inamtambua Yule aliyehusika na miujiza hii kuwa ndiye Mungu wa kweli.

Kwa hali hiyo, Allah anajidhihirisha kuwa mlaghai anayejifanya kuwa Mungu wa kweli katika Qur'an. Kwa kuwa Allah ndiye mwandishi wa Qur'an, ni dhahiri kwamba Qur'an si bidhaa ya Mungu wa kweli. Kinyume chake, Qur'an yenyewe inathibitisha kuwa si Neno la Mungu.

Waislamu lazima watafakari kwa uaminifu juu ya tuhuma hizi nzito zilizotolewa dhidi ya Qur'an ikiwa wanathamini wokovu wao. Waislamu lazima waamue kati ya Qur'an na Biblia Takatifu. Waislamu lazima waamue kati ya Allah na Yehova.

NABII ASIYE NA MIUJIZA

Kuna aya zaidi ya ishirini katika Qur'an zinazoonyesha kwamba kila Muhammad alipoulizwa kufanya miujiza, ama alinyamaza au alikiri kwamba hakuwa na uwezo wa kufanya hivyo. Sababu zilizotolewa katika Qur'an ni kwamba yeye ni "mjumbe wa kibinadamu wa kawaida" na kwamba yeye ni "mwonyaji tu" asiye na nguvu maalum za kufanya miujiza. Miongoni mwa aya zilizo wazi zaidi kuhusu hili katika Qur'an ni zifuatazo:

Surah 13:7: "Wasiomwamini wanasema, 'Mbona Mungu hajamtumia, (Muhammad), miujiza?' Muhammad, wewe ni mwonyaji tu. Kwa kila taifa kuna mwongozi." (Sarwar)

Surah 17:90-93: "Wanasema, 'Hatutaamini mpaka usababishe chemchemi ibubujike kutoka ardhini. Au mpaka uwe na bustani ya mitende na mizabibu, yenye mito inayotiririka ndani yake. Au mpaka utushushie vipande vya mbingu kama ulivyodai. Au mpaka umlete Mungu na malaika mbele yetu. Au mpaka uwe na jumba la kifahari au mpaka upande mbinguni. Hata ukipanda, hatutaamini mpaka utuletee kitabu tunachoweza kusoma.' Sema, 'Utukufu ni wa Mola wangu. Mimi si chochote zaidi ya mjumbe wa kibinadamu.'" (Khalifa)

Surah 29:50: "Wanasema, 'Kwa nini miujiza haikutumwa kwake kutoka kwa Mola wake?' Sema, 'Miujiza iko mikononi mwa Allah. Mimi ni mwonyaji tu.'" (Sarwar)

Vipi kuhusu dai kwamba Qur'an yenyewe ni muujiza wa kutosha? Kinyume na madai ya Waislamu, Qur'an haikuwavutia wala kuwashawishi watu wa wakati wa Muhammad:

Surah 21:5: "Wamesema, 'Hii, (Qur'an), ni matokeo ya ndoto zilizochanganyikiwa. Yeye ni mshairi tu. Angeonyesha miujiza kama ile iliyofanywa na Manabii wa zamani.'" (Sarwar)

Ingawa Qur'an ilifunuliwa kwa lugha yao ya asili, watu wa wakati wa Muhammad hawakuvutiwa nayo. Waliapa kwamba kama Muhammad angeweza tu kufanya "muujiza" mbele yao, basi wangeamini Qur'an kama Neno la Mungu. Muujiza mmoja tu ungetosha. Lakini haukuwepo hata mmoja:

Surah 6:109: "Wanaapa kwa Allah kwamba kama muujiza ukijitokeza kwao, kwa hakika wangeamini (kitabu hiki). Sema, 'Miujiza yote iko kwa Allah. Ni kipi kinachoweza kukufanya uelewe kwamba hata muujiza wa kimaumbile ukitokea kwao, wangetafuta visingizio vingine na bado wasiamini?'" (Shabbir Ahmed)

Aya hizi zote za Qur'an zinathibitisha kwamba Allah hakufanya miujiza yoyote kupitia Muhammad. Kwa ufupi, Allah hakuweza na hakumpa Muhammad nguvu za kufanya miujiza. Muhammad alipoulizwa na watu wa wakati wake kwa nini hakuweza kufanya miujiza, Allah hakuweza kuwajibu kwa muujiza. Walipodai miujiza, Allah aliepuka kwa kusema: "Nimeacha kutuma miujiza, kwani watu wa zamani hawakuamini." Hata hivyo, ili kuwashika wasikilizaji wake, alizungumzia miujiza ya zamani aliyodai kuwa aliifanya kupitia Yesu na manabii wengine wa Biblia kama Musa.

Tabia Hii ya Udanganyifu Inathibitisha Bila Shaka Kwamba Allah Si Mungu wa Kweli

Angalia kwa makini jinsi Allah asiye na miujiza alivyoepuka changamoto ya kuonyesha miujiza. Badala yake, alielekeza mawazo kwenye miujiza iliyo katika Biblia Takatifu na kusema kwamba miujiza hiyo ni ushahidi wa kutosha wa ukweli. Tafsiri nne tofauti za aya ifuatayo ya Qur'an zinatolewa hapa chini:

Surah 20:133:

"Wanasema: 'Kama tu angelileta muujiza kutoka kwa Mola wake!' Je, hawajafikiwa na ushahidi wa wazi wa ukweli uliomo katika Maandiko ya zamani?" (Ali Unal)

"Wanasema: 'Mbona hatuletei Ishara kutoka kwa Mola wake?' Je, hawakupata ushahidi wa yaliyoandikwa katika Maandiko ya awali (Torati na Injili)?" (Hilali-Khan)

"Wanasema: 'Mbona hatuletei Ishara kutoka kwa Mola wake?' Je, Hawakupata Ishara ya Wazi ya yote yaliyomo katika Vitabu vya awali vya ufunuo?" (Yusuf Ali)

"Wanasema, 'Laiti angeweza kutuonyesha muujiza kutoka kwa Mola wake!' Je, hawakupokea miujiza ya kutosha kupitia ujumbe wa awali?" (Khalifa)

Kama ilivyofafanuliwa katika tafsiri ya Hilali-Khan, "Vitabu vya awali vya ufunuo" si vingine ila ni "Torati" na "Injili."

Kwa hiyo, Qur'an yenyewe inathibitisha kwamba akaunti za miujiza halisi au ishara zinaweza kupatikana tu katika Biblia Takatifu. Bila shaka, chanzo cha miujiza hiyo lazima kiwe Yeye aliyefunua Biblia Takatifu. Biblia inamtambulisha kwa jina kama **Yehova**. Ikiwa Waislamu wanahitaji kujua chochote kuhusu miujiza, lazima wazingatie ushauri wa Qur'an wa kuitafuta katika Biblia Takatifu.

Kama tulivyoona, si kwamba tu Allah alishindwa kufanya miujiza yoyote kupitia Muhammad, lakini pia alidanganya ili kuficha kushindwa kwake. Qur'an yenyewe inathibitisha kwamba Yesu Kristo alifanya kazi nyingi za miujiza zenye nguvu muda mrefu baada ya wakati wa Nabii Salih. Hili linathibitisha ukweli kwamba Allah alidanganya katika Qur'an. Waislamu wanapaswa kutambua kwamba si chanzo cha nje bali ni ushahidi ulio ndani ya Qur'an yenyewe unaothibitisha kwamba Allah ni mwongo.

NANI NI ALLAH?

Je, basi, ni nani huyu mungu wa uongo aliye nyuma ya msukumo wa Qur'an? Biblia inatoa jibu:

Yohana 8:44:

"Ninyi ni wa baba yenu, Ibilisi, nanyi mnataka kutimiza tamaa za baba yenu. Yeye alikuwa muuaji tangu mwanzo, naye hakusimama katika kweli, kwa kuwa kweli haimo ndani yake. Asemapo uongo, asema yaliyo yake mwenyewe, kwa maana yeye ni mwongo na baba wa uongo."

Biblia inamtambulisha Shetani kama "mwongo na baba wa uongo." Na kama tulivyoona, kuna ushahidi usiopingika ndani ya Qur'an yenyewe unaothibitisha kwamba Allah ni mwongo. Alidanganya katika Qur'an. Ukweli huu pekee unatosha kumtambua Allah ni nani hasa. Na pia unatoa sababu zenye nguvu za kukataa Uislamu. Kinachovutia ni kwamba Allah mwenyewe anakubali kwamba yeye ni Shetani.

MUNGU WA KWELI

Kwa upande mwingine, Biblia Takatifu inatufundisha kwamba haiwezekani kwa Yehova Mungu kusema uongo:

Waebrania 6:18:

"Haiwezekani kwa Mungu kusema uongo."

Tito 1:2:

"Kwa tumaini la uzima wa milele, ambao Mungu, asiyeweza kusema uongo, aliuahidi tangu zamani za kale."

Kwa kuwa haiwezekani kwa Mungu wa Biblia kusema uongo, basi Biblia Takatifu aliyoihamasisha lazima iwe kweli kabisa. Kinyume chake, kwa kuwa Allah alidanganya katika Qur'an, basi Qur'an lazima iwe ya uongo. Biblia inashuhudia kwamba haiwezekani kwa Yehova kusema uongo. Hii inamaanisha nini? Inamaanisha kwamba kwa asili yake, Yehova hawezi kusema uongo. Yeye ni Mungu wa Kweli. Anategemewa kwa 100%. Neno lake daima ni la kweli. Ahadi zake daima ni za hakika. Ni jambo lenye kutia moyo na kufurahisha kumwabudu Mungu wa uadilifu wa hali ya juu kama huo.

Wakristo wanapaswa kuthamini na kuhifadhi sifa hii ya kiungu ya Mungu wao. Wanapaswa kukumbuka sifa hii ya kiungu ya Mungu wao kila wanaposoma Biblia Takatifu. Wanapaswa kukumbuka sifa hii ya kiungu ya Mungu wao kila wanapomwomba. Wanapaswa kukumbuka sifa hii ya kiungu ya Mungu wao kila wanapojivuta karibu na upendo wake. Ndiyo! Mungu hawezi kusema uongo. Hii ni kweli ya kufariji na kutia moyo. Ni heshima kuu kwa Wakristo kumwabudu Mungu mwenye uadilifu wa ajabu kama huu. Ni baraka kubwa kumwabudu Yehova Baba yetu wa mbinguni.

Tunawaalika kwa dhati Waislamu kufanya vivyo hivyo. Tunatumaini ushahidi uliotolewa katika makala hii utakuwa mwito wa kuamsha wa kuwaonya Waislamu waaminifu. Tunatumaini watachukua hatua zinazofaa kuepuka hatari waliyo nayo kuhusu wokovu wao wa milele. Wokovu hauwezi kupatikana kwa Allah. Wokovu hauwezi kupatikana kwa mungu anayesema uongo.

SEHEMU YA 04

QUR'AN INATHIBITISHA KIFO CHA YESU

Kifo na ufufuo wa Yesu Kristo ni msingi wa imani ya Kikristo. Hata hivyo, Waislamu wanakataa kwamba Yesu aliuawa. Wanafundishwa kuamini kwamba Yesu hakufa bali alipelekwa mbinguni akiwa hai. Mtazamo wa Kiislamu ni kwamba mtu mwingine alisulubiwa badala ya Yesu. Waislamu wengi wanaamini kwamba mtu huyo alikuwa Yuda Iskariote. Kulingana na Uislamu, Allah alibadilisha sura ya Yuda kufanana na Yesu. Kwa hiyo, Allah anadaiwa kuwadanganya Wayahudi kuamini kwamba walimuua Yesu wakati ilikuwa ni Yuda.

Pingamizi la Waislamu kuhusu kifo cha Yesu linatokana tu na aya moja katika Qur'an:

Surah 4:157:

"Na kwa kusema kwao: Sisi tumemuua Masihi Isa, mwana wa Maryamu, Mtume wa Mwenyezi Mungu. Nao hawakumuua wala hawakumsulubisha, lakini iliwadhihirikia hivyo. Na hakika waliohitilafiana juu ya hayo wamo katika shaka nalo. Hawana yakini nalo, ila wanafuata dhana tu. Wala hawakumuua kwa yakini." (W. Khan)

Muujiza huu wa udanganyifu wa Allah haukuwadanganya tu Wayahudi bali pia Wanafunzi wa Yesu waliamini kwamba Yesu aliuawa wakati hakuwa. Hivyo, Allah anaonekana kuwa ndiye anayehusika na kuwepo kwa fundisho hili la uongo katika Biblia. Kwa nini Allah hakufichua ukweli kwa Wanafunzi wa Yesu? Je, si waliapa kumsaidia Allah kwa uaminifu?

Surah 61:14:

"Enyi mlioamini! Kuweni wasaidizi wa Mwenyezi Mungu, kama vile Isa mwana wa Maryamu alivyowaambia wanafunzi wake: 'Ni nani wasaidizi wangu kwa ajili ya Mwenyezi Mungu?' Wanafunzi wakasema: 'Sisi ni wasaidizi wa Mwenyezi Mungu.'" (Hamid S. Aziz)

Allah alisubiri miaka 600 kufichua kwamba Yesu hakufa. Miaka hiyo 600 ilikuwa imechelewa kwa mabilioni ya Wakristo ambao wakati huo walikuwa tayari wamepotoshwa kabisa na udanganyifu huu wa Allah. Zaidi ya hayo, ikiwa nia ya Allah ilikuwa tu kumwokoa Yesu kutoka kwa maadui zake, je, hangeweza tu kumpeleka Yesu mbinguni bila udanganyifu huu wote? Je, hili halingekuwa suluhisho bora zaidi kwani lingewaokoa mamilioni ya Wakristo dhidi ya kupotoshwa na udanganyifu huu wa Allah?

Ni nini mantiki ya udanganyifu huu usio wa lazima wa Allah? Ikiwa Allah ni Mwenye Nguvu Zote, je, hangeweza kumwokoa Yesu bila kuwadhuru Wanafunzi wake? Je, wokovu wao si wa thamani kwa Allah? Allah aliwadanganya Wakristo bila sababu yoyote ya msingi.

Tuna maswali machache rahisi kwa Waislamu: Unaita nini unapofanywa kuamini kitu kama kweli wakati si kweli? Je, hili halithibitishi kwamba Allah ni mdanganyifu?

Wakristo hawakubaliani na dai hili la uongo la Allah kwamba Yesu hakufa. Hata hivyo, tofauti hii kati ya Uislamu na Ukristo ni muhimu kwa sababu inatupa fursa ya kubainisha dini gani kati ya hizi mbili ni ya kweli. Je, ni Uislamu au Ukristo? Ikiwa inaweza kuthibitishwa kutoka kwa Qur'an na Biblia kwamba Yesu alikufa kama Wakristo wanavyoamini kwa uthabiti, basi hili lingemaanisha kwamba Uislamu si wa kweli. **Qur'an iko wazi katika makosa kwa sababu hizi ambazo tutazieleza katika makala hii.**

UTHIBITISHO WA BIBLIA

Wakati Qur'an inapingana na Biblia kuhusu fundisho la msingi la kifo cha Yesu, kwa wakati huo huo inathibitisha mamlaka ya Biblia kama Neno la Mungu. Inawezekanaje kwa Allah kukataa kifo cha Yesu ndani ya Qur'an na kwa wakati huo huo kuthibitisha mamlaka ya Biblia ndani ya Qur'an hiyo hiyo? Ikiwa Biblia iko makosa kuhusu kifo cha Yesu, basi inamaanisha kuwa imepoteza uaminifu kama mwongozo kwa Wakristo. Na kwa kuwa fundisho la Kikristo kuhusu kifo cha Yesu cha kafara linatokana na mafundisho ya Biblia yanayodaiwa kuwa na makosa, je, si ni kinaya kwa Allah kuwapa Wakristo amri ifuatayo ndani ya Qur'an:

Surah 5:68:

"Sema: Enyi Watu wa Kitabu! Hamna kitu mpaka muisimamie Taurati na Injili, na yaliyoteremshwa kwenu na Mola wenu Mlezi." (Asad)

Na Allah alimpa Muhammad amri ifuatayo:

Surah 10:94:

"Na ikiwa una shaka kuhusu tuliyo kuteremshia basi waulize wale wanaosoma Kitabu kabla yako. Hakika imekujieni Haki itokayo kwa Mola wako Mlezi. Basi usiwe miongoni mwa wenye shaka." (Pickthall)

Allah pia alisisitiza amri kama hiyo katika aya ifuatayo ya Qur'an:

Surah 21:7:

"Na hatukuwatuma kabla yako (ewe Muhammad) ila wanaume tuliowapa wahyi. Basi waulizeni wenye kumbukumbu – (Taurati na Injili) – ikiwa hamjui." (Hilali-Khan)

"Iwapo hamjui, waulizeni watu wa ufunuo wa awali." (Muhammad Asad)

Kwa kurejelea neno "watu wa ufunuo wa awali," tafsiri ya Muhammad Asad juu ya **Surah 21:7** inasema: "Maneno halisi ni Wafuasi wa Biblia."

Kwa nini Allah anawaamuru Wakristo kuifuata Taurati ambayo inabeba unabii mwingi kuhusu kifo cha Yesu? Kwa nini Allah anawaamuru Wakristo kuifuata Injili ambayo inafundisha kwamba Yesu aliuawa? Na kwa nini Allah alimwamuru Muhammad kushauriana na watu wale wale wanaoamini kifo cha Yesu?

Kwa kukataa kifo cha Yesu Kristo na wakati huo huo kuthibitisha Biblia kama Neno la Mungu lenye mamlaka, Allah anaonyesha ujinga wake. Alikosea kudhani kwamba kukataa kwake kifo cha Yesu hakutapingana na mtazamo wake kwamba Biblia ni Neno la Mungu lililohifadhiwa. Hii inathibitisha kwamba mwandishi wa Qur'an si wa kuaminika. Qur'an haiwezi kuwa Neno la Mungu wa kweli.

Zaidi ya hayo, Qur'an si tu inapingana na Biblia, bali pia inapingana na mafundisho yake yenyewe inapokataa kifo cha Yesu. Migongano kama hii ni jambo la kawaida katika Qur'an.

MAFUNDISHO YANAYOKANGANYA NDANI YA QUR'AN

Aya ifuatayo ya Qur'ani inamnukuu Yesu akisema:

Surah 19:33:

"Amani iwe juu yangu siku niliyozaliwa, siku nitakayokufa, na siku nitakayofufuliwa!" (The Clear Quran)

"Kulikuwa na amani juu yangu siku niliyozaliwa, itakuwepo siku nitakayokufa, na siku nitakayofufuliwa kutoka kwa wafu." (A. Ali)

Kwa kuzingatia kwamba ushuhuda wa Yesu katika **Surah 19:33** unaonyesha wazi kwamba atakufa kabla ya kupaa kwake mbinguni, Waislamu kwa ujanja wanapotosha maana dhahiri ya aya hii ya Qur'ani. Wanajaribu kuelezea aya hii kwa kusema kwamba kifo cha Yesu kilichotajwa hapa bado hakijatokea. Na kwamba atakufa tu baada ya kurudi mara ya pili. Wanasema hivi bila ushahidi wowote wa maana isipokuwa kukwepa mkinzano ulio dhahiri ndani ya Qur'ani.

Je, ni ushahidi gani wanaotoa kuthibitisha madai haya ya kushangaza? Hakuna! Tafsiri yao ni ya kupotosha kwa kuwa maneno haya haya yametumika katika aya chache tu kabla kuelezea kifo cha Yohana Mbatizaji. Angalia mfanano wa maneno:

Surah 19:15:

"Na amani iwe juu yake siku alipozaliwa, siku atakapokufa, na siku atakapofufuliwa." (Shakir)

Kwa kesi ya Yohana, Waislamu wanakubaliana kwamba aliuawa na kuzikwa. Hawana tatizo kuelewa mpangilio wa matukio: Kuzaliwa – Kufa – Kufufuliwa. Hakuna Muislamu atakayesema kwamba kifo cha Yohana kitakuja baadaye.

Lakini, kwa upande wa Yesu, Waislamu kwa ujanja wanahairisha kifo cha Yesu hadi baada ya kupaa kwake mbinguni. Wanapotosha kwa makusudi mpangilio wa matukio hata kama mpangilio huo ni sawa katika visa vyote viwili. Uislamu hauwezi kuishi bila udanganyifu.

Waislamu wanajua kwamba kukubaliana na maana ya kweli ya aya hii ya Qur'ani kutafichua mkinzano usiopingika ndani ya Qur'ani. Wanajua kwamba tafsiri ya uaminifu ya **Surah 19:33** italeta mkinzano na **Surah 4:157.** Either Yesu alikufa au hakufa. Kwa kuwa Qur'ani inafundisha yote mawili, Waislamu hawana budi ila kudanganya na kujaribu kupotosha aya inayohitaji tu kueleweka kwa urahisi.

Hata hivyo, tunafurahi kwamba si kila msomi wa Kiislamu ni mdanganyifu.

Dr. Mahmud Shaltut, Mkuu wa zamani wa Chuo Kikuu cha Al-Azhar, anaelezea maana ya **Surah 19:33:** "Hivyo basi, ni kupotosha kudai kwamba kifo cha Yesu lazima kitokee baada ya kurudi kwake kwa ushindi duniani. Hilo halina mantiki. Aya hii inahusu uhusiano kati ya Yesu na watu wa wakati wake, si wale wa wakati wa kurudi kwake."

Ukweli ni kwamba hakuna hata aya moja katika Qur'ani nzima inayoshuhudia kwamba Yesu atarudi kufa. Kwa kuwa Yohana alikufa katika mpangilio ulioelezewa kwenye **Surah 19:15,** Yesu naye lazima alikufa katika mpangilio ulioelezewa kwenye **Surah 19:33.**

Kuna maelezo ya kuvutia kutoka kwa mfasiri maarufu wa Qur'ani, **Yusuf Ali,** katika maelezo yake ya **Surah 19:33:** ". . . Kristo hakusulubiwa (**Surah 4:157**). Lakini wale wanaoamini kwamba hakufa kabisa wanapaswa kutafakari juu ya aya hii." (**Surah 19:33**) (Ali, "The Holy Qur'an," uk. 774, f. 2485.)

TUTAENDELEA KUFICHUA UONGO WA WAISLAMU

Sasa tutatazama aya mbili za Qur'ani kuthibitisha bila shaka kwamba Yesu alikufa kabla ya kupaa kwake mbinguni. Aya ya kwanza ni **Surah 3:55** na ya pili ni **Surah 5:117.** Hebu tuanze na **Surah 3:55:**

Surah 3:55:

"Mungu alisema, 'Ewe Yesu, nitakusababisha ufe (**mutawaffika**) na nitakuinua Kwangu na nitakutakasa dhidi ya tuhuma za makafiri, na nitawaweka wale wanaokufuata juu ya wale wanaokataa ukweli, hadi Siku ya Hukumu.'" (W. Khan)

Neno la Kiarabu **"mutawaffika"** (kipindi cha wakati ujao) linalotumika katika **Surah 3:55** na neno linalofanana nalo **"tawafaytani"** (kipindi cha wakati uliopita) linalotumika katika **Surah 5:117** yanatokana na kitenzi **"tawaffa."** Wakati wowote kitenzi hiki kinapotumika kuhusiana na Allah au Malaika kama wanaotekeleza kitendo hicho, daima humaanisha **"kusababisha mtu afe."** Kwa maneno mengine, wakati wowote Allah au Malaika wanapotekeleza **"mutawaffika"** (**tawafaytani**), humaanisha kifo. Na ni muhimu kutambua kwamba katika **Surah 3:55** na **Surah 5:117,** ni Allah anayetekeleza kitendo hiki.

Wakati wakalimani kama **Yusuf Ali** wanajaribu kuficha maana ya kweli, wakalimani waaminifu wa Qur'ani wanajua vizuri maana ya neno **"mutawaffika."** Tutatoa tafsiri kumi za ziada za **Surah 3:55** kuthibitisha hoja yetu. Hapa chini tunanukuu tu sehemu husika:

1. **Lo! Mungu alisema:** "Ewe Yesu! Hakika, nitakusababisha ufe (**mutawaffika**) na nitakuinua Kwangu." (Asad)
2. **Mungu alisema:** "Yesu, nitakusababisha ufe (**mutawaffika**) na kukuinua Kwangu." (Safi Kaskas)
3. **Mungu alisema:** "Ewe Yesu, nitakufanya ufe (**mutawaffika**) na kukuinua Kwangu." (The Monotheist Group)
4. **Allah alisema:** "Ewe Isa! Hakika, nitakusababisha ufe (**mutawaffika**) na nitakuinua Kwangu." (Abdul Majid Daryabadi)

5. **Allah alisema:** "Ewe Isa! Hakika, Mimi ndiye Mtoa kifo (**mutawaffika**) kwako na Mwenye kukuinua Kwangu." (Dr. Kamal Omar)
6. **Mungu alisema:** "Yesu, nitakufanya ufe (**mutawaffika**) na kukuleta Kwangu." (Ali Bakhtiari Nejad)
7. **Allah alisema:** "Ewe Yesu! Hakika nitakusababisha ufe (**mutawaffika**) na kukuinua Kwangu." (Mohammad Shafi)
8. **Allah alisema:** "Ewe Yesu, nitakusababisha ufe (**mutawaffika**) na kukuinua katika uwepo Wangu." (Maulana Muhammad Ali)
9. **Mungu alisema:** "Ewe Yesu, ninakusababisha ufe (**mutawaffika**) na kukuinua Kwangu." (Muhammad Ahmed/ Samira – Literal Translation)

Tunaweza kutoa tafsiri nyingi zaidi, lakini zilizo hapo juu zinatosha kuthibitisha hoja yetu. Kama tunavyoona, neno **"mutawaffika"** linamaanisha **"kusababisha mtu afe."** Na **Surah 3:55** inaonyesha wazi kwamba Allah atamfanya Yesu afe kabla ya kumuinua mbinguni.

Pia, muhimu sana ni kwamba aya hii ya Qur'ani inathibitisha kwamba kifo na kupaa kwa Yesu kutatokea kabla ya **"Siku ya Hukumu."** Hii inamaanisha kwamba kifo na kupaa kwa Yesu kutatokea kabla ya kuja kwake mara ya pili.

Surah 3:55 inaonyesha mpangilio wa matukio. Baada ya kutaja kifo na kupaa kwa Yesu, Allah anatumia kiunganishi **"na"** kabla ya kuelezea kitendo kitakachofuata ambacho atatekeleza. Na hicho ni kuwaweka Wanafunzi wa Yesu juu ya wale wanaokataa ukweli hadi **"Siku ya Hukumu."** Hii inaonyesha wazi hatua za kufuata.

Kwa hivyo, si tu kwamba aya hii ya Qur'ani inathibitisha mpangilio wa matukio kwa mpangilio wa wakati, lakini pia inathibitisha kwamba kifo na kupaa kwa Yesu vitatangulia **"Siku ya Hukumu."**

Hii inamaanisha kwamba dai la Waislamu kwamba Yesu atakufa tu baada ya kuja kwake mara ya pili ni uongo wa dhahiri.

PIA INAFUNDISHA KUFAHAMU MATUMIZI YA NENO "MUTAWAFFIKA" KATIKA SURAH 39:42:

Surah 39:42:

"Ni Allah anayezichukua (**mutawaffika**) roho za watu wakati wa kifo; na wale wasio kufa, Anawachukua wakati wa usingizi, wale ambao Amewaamulia kifo." (Yusuf Ali)

Aya hii ya Surah 39:42 inathibitisha ukweli muhimu sana. Inathibitisha kwamba hata kama wakalimani wa Qur'ani wanajaribu kudanganya kwa kutumia misemo kama, "Allah anachukua" badala ya kutafsiri **mutawaffika** kwa usahihi kama **"Allah husababisha kufa,"** bado haibadilishi maana ya kweli ya neno hilo katika lugha ya Kiarabu.

Sasa, tuangalie aya ya pili ya Qur'ani ambayo inathibitisha kwa nguvu kwamba Yesu alikufa kabla ya kupaa kwake mbinguni. Aya hii ni muhimu kwa sababu inatupa muda maalum wa tukio hilo. Aya hii inasimulia mazungumzo kati ya Yesu na Allah baada ya kupaa kwake mbinguni. Soma kwa makini jinsi Yesu anavyoelezea mfululizo wa matukio kama yalivyotokea kweli:

Surah 5:117:

“Nilikuwa shahidi wa yale waliyoyafanya maadamu nilikuwa kati yao, na uliponisababisha kufa (**tawafaytani**), Ulikuwa mwangalizi juu yao. Wewe ni shahidi wa mambo yote.” (W. Khan)

“Sikusoma chochote kwao isipokuwa yale Uliyoniamuru: ‘Muabuduni Allah, Mola wangu na Mola wenu.’ Nilikuwa shahidi wao tu kwa muda nilipokuwa miongoni mwao, lakini tangu Uliponisababisha kufa (**tawafaytani**), Wewe mwenyewe umekuwa mwangalizi wao, na Wewe ni Shahidi wa kila kitu.” (Amatul Rahman Omar)

Soma kwa makini maneno ya aya hii ya Qur’ani. Hapa, mbele ya Allah, Yesu anazungumzia kifo chake kama tukio ambalo tayari lilitokea kabla ya kupaa kwake mbinguni. Kwa hivyo, Allah alimsababisha Yesu kufa kabla ya kumuinua mbinguni.

Kwa hivyo, dai la Waislamu kwamba Yesu atakufa tu baada ya kuja kwake mara ya pili ni jaribio la kudanganya ili kuficha mkanganyiko wa wazi katika Qur’ani. Yesu alikufa kabla ya kupaa kwake. Kwa muhtasari, **Surah 5:117** inathibitisha ukweli ufuatao:

1. Yesu alipokuwa na wanafunzi wake duniani, alikuwa shahidi wao.
2. Kisha, Allah alimsababisha kufa.
3. Sasa, akiwa mbinguni mbele ya Allah, Yesu anasema kuwa tangu alipokufa, Allah peke yake ndiye mwangalizi wa wanafunzi wake.

Aya mbili za Qur’ani zinathibitisha kwa nguvu kwamba Mitume wote wa Mungu hufa:

Surah 5:75:

"Masihi, mwana wa Maryamu, alikuwa tu Mtume; Mitume wote kabla yake walikwisha kufa." (Amatul Rahman Omar)

Na kanuni hiyo hiyo inatumika kwa Muhammad:

Surah 3:144:

"Na Muhammad si chochote ila ni Mtume. Hakika, Mitume wote kabla yake walikwisha kufa. Je, mtarudi nyuma akifa au kuuawa?" (Amatul Rahman Omar)

Surah 5:75 inasema wazi kwamba Mitume wote waliotangulia wakati wa Yesu walikufa. Hakuna Muislamu atakayekana hili. Na **Surah 3:144** vilevile inasema kwamba Mitume wote waliotangulia wakati wa Muhammad walikwisha kufa.

Je, Yesu si Mtume wa Mungu aliyeishi kabla ya wakati wa Muhammad? Kwa kweli, Uislamu unafundisha kwamba hakuna Mitume wala Manabii waliotumwa kati ya wakati wa Yesu na Muhammad. Kwa hivyo, Mtume wa karibu aliyekuwepo kabla ya Muhammad alikuwa ni Yesu. Kwa hivyo, kulingana na **Surah 3:144,** kwa kuwa Yesu alikuwa Mtume, naye pia lazima alikufa kama Mitume wengine.

Kama Yesu hakufa kabla ya wakati wa Muhammad, basi kauli ya Allah katika **Surah 3:144** ni uongo. Aya hii ya Qur'ani ingekuwa bado si ya kweli hata kama Yesu angekufa baada ya kuja kwake mara ya pili kama Waislamu wanavyodai. Yesu alipaswa kufa kabla ya wakati wa Muhammad ili Qur'ani iwe ya kweli.

Kisingizio kimoja kinachotumiwa na Waislamu kwa kudai kuwa Yesu hakufa kifo cha kuuawa ni kwa kusema uongo kwamba Mungu hawezi kamwe kuruhusu manabii wake au mitume wake kufa kwa njia ya kikatili mikononi mwa maadui zao. Hata hivyo, katika **Tafsiri zao (Maelezo ya Qur'ani),** wanazuoni wa Kiislamu wanakubali kwamba kufariki kwa mitume au manabii wa Mungu kunajumuisha vifo vya kawaida na vile vya kuuawa. Hata Muhammad mwenyewe hakuwa tofauti:

"Mtume Mtakatifu angeondoka duniani kama walivyofanya manabii waliotangulia, kwa kufa kifo cha kawaida au kuuawa." (Rejea Qanwa 'ala Baidawi, Juzuu ya 3, uk. 124)

Neno la Kiarabu **"khala"** lililotumika katika **Surah 5:75** na **Surah 3:144** ambalo limetafsiriwa kama "walipita" au "walikufa," mara zote linarejelea kifo cha mtu ambaye neno hili linahusiana naye. (Tazama **Lisan al-'Arab** na **Aqrab al-Mawarid**). Ni muhimu pia kuzingatia kwamba **Surah 3:144** inafafanua maana ya neno hili la Kiarabu kwa kulihusisha na maneno "ikiwa atakufa au atauawa" kuhusiana na Muhammad. Hivyo, **"kupita"** kwa manabii wa Mungu kunajumuisha **"kufa kifo cha kawaida"** na **"kuuawa"** na adui.

Kwa hivyo, haiwezekani kwa Waislamu kukataa kuwa Yesu aliuawa mikononi mwa maadui zake.

Kama Yesu angekuwa tofauti, basi **Surah 3:144** ingesema: **"Hakika, Mitume wote isipokuwa Yesu walikufa kabla yake."** Lakini hakuna kitu kama hicho kinachopatikana. Kwa hivyo, aya hii ya Qur'ani inathibitisha kuwa Yesu alikufa kama vile Biblia inavyoshuhudia kwa uaminifu.

Aidha, kuthibitisha zaidi kwamba madai ya Waislamu kwamba Allah atawalinda manabii wake wote dhidi ya kufa kifo cha kikatili si ya kweli, Qur'ani yenyewe inafundisha kwamba watu waovu katika historia waliwaua **"manabii wa Mungu."** Tutatoa mfano mmoja tu kuthibitisha hoja yetu:

Surah 2:91:

"Na wanaposemwa, 'Aminini yale aliyoteremsha Mungu,' wao husema, 'Tunaamini yale yaliyoteremshwa kwetu,' lakini hawaamini yale yaliyokuja baadaye, ingawa ni kweli inayothibitisha waliyo nayo tayari. Sema, 'Mbona mlilazimika kuwaua manabii wa Mungu zamani ikiwa mlikuwa waumini wa kweli?'" (Abdel Haleem)

Madai ya Waislamu kwamba Yesu hakufa yanapingana tena na aya zifuatazo za Qur'ani. Aya hizi zinaeleza wazi kwamba mitume wote wa Mungu waliokuwa hai kabla ya wakati wa Muhammad walikuwa binadamu wa kawaida. Na hivyo basi, hakuna aliyeepushwa na kifo:

Surah 21:7-8:

"Kabla yako, pia, mitume tuliowatuma walikuwa ni watu tu, ambao tuliwapa ufunuo: Kama hamjui haya, waulizeni wale walio na ujumbe. Wala hatukuwapa miili isiyokula chakula, wala hawakuwa huru na kifo." (Yusuf Ali)

Aya ifuatayo ya Qur'ani inasisitiza kwamba kila nafsi ya binadamu, bila ubaguzi, lazima ionje mauti:

Surah 21:35:

"Kila nafsi itaonja mauti; na tunakujaribu nyote (katika) mambo mema na mabaya ya maisha kwa njia ya mtihani: na kwetu nyote lazima mrudi." (Asad)

"Kila nafsi – bila ubaguzi – itaonja mauti." (Al-Muntakhab)

Itakuwa yenye manufaa kwa Waislamu kutafakari athari kamili za aya hii ya Qur'ani:

Surah 5:75:

"Masihi, mwana wa Maryamu, ni Mtume tu: Mitume kama yeye walikwisha kufa kabla yake." (H. S. Aziz)

Kama tunavyoona, kukataa kwa Waislamu kuhusu kifo cha Yesu kunaleta matatizo mengi ya kiteolojia kwao. Kwa sababu ya taarifa inayopingana katika **Surah 4:157,** Waislamu wanalazimika kujitesa kwa kujaribu kufasiri upya aya nyingine za Qur'ani ambazo zinashuhudia waziwazi kifo cha Yesu. Waislamu wamegawanyika kati ya ushuhuda mmoja wa Allah kwamba Yesu hakufa na aya nyingine nyingi za Qur'ani zinazoonyesha kuwa alikufa. Tofauti na Qur'ani, ambayo inaleta mkanganyiko mkubwa kuhusu kifo cha Yesu, Biblia ni thabiti katika mafundisho yake kuhusu kifo na kuuawa kwa Yesu. Aya nyingi katika Maandiko ya Kiebrania (Agano la Kale) zilitabiri kuhusu kifo cha Yesu Kristo. Tutataja mifano miwili tu:

Moja:
Danieli 9:26 (Maandiko ya Kiebrania): "Na baada ya majuma sitini na mawili Masihi atakatiliwa mbali, asiwe na kitu kwa ajili yake."

Matendo 3:18 (Maandiko ya Kigiriki ya Kikristo): "Lakini kwa njia hii Mungu ametimiza mambo aliyotangaza tangu zamani kupitia vinywa vya manabii wake wote kwamba Kristo wake angestahimili mateso."

Mbili:

Isaya 53:7 (Maandiko ya Kiebrania): Aliletwa kama kondoo kwenda kuchinjwa, kama kondoo wa kike anayenyamaza mbele ya wakata manyoya yake.

Matendo 5:30 (Maandiko ya Kigiriki ya Kikristo): "Mungu wa baba zetu alimfufua Yesu, ambaye mlimwua kwa kumtundika juu ya mti."

Ikiwa Waislamu wangetii amri ya Allah ya kujifunza kutoka kwa wale waliokuwa wakisoma Biblia (**Surah 10:94**), wangeelewa siyo tu kwamba Yesu alikufa bali pia sababu ya kwanini alilazimika kufa. Wakati mmoja wa wanafunzi wa Yesu alijaribu kumzuia asikabiliane na kifo chake kilichokuwa kinakaribia, Yesu alimkemea akisema:

Mathayo 26:53-54:

"Je, hufikiri kwamba siwezi kumwomba Baba yangu, naye mara moja kuweka chini ya amri yangu zaidi ya majeshi kumi na mawili ya malaika? Lakini basi maandiko yangetimizwaje yasemayo kwamba ni lazima yatendeke kwa namna hii?"

JE, ALLAH ANA USTAHILI WA KUREKEBISHA UKRISTO?

Je, Allah ana ustahili wa kurekebisha mafundisho yaliyoongozwa kwa roho ya Mungu katika Biblia? Tutathibitisha kwa nini Allah hana sifa zozote za kufanya hivyo. Tutazingatia ushahidi mmoja ambao unaweza kuthibitishwa kwa urahisi ili kufichua ukosefu wa maarifa wa Allah kuhusu mafundisho ya Ukristo. Chini hapa kuna mfano mmoja tu kati ya makosa mengi yanayoweza kupatikana katika Qur'an. Allah kwa makosa alidhani kwamba kama ilivyo kwa Waislamu, Wakristo pia wana **Qiblah** ya kuelekeza maombi yao:

Surah 2:145:

"Hata ukiwaletea hoja zote kwa Watu wa Kitabu, hawatakubali Qiblah yako, wala wewe hutakubali Qiblah yao. Wala wao kwa wao hawafuati Qiblah ya wenzao. Na kama baada ya yote haya ya maarifa uliyopewa, utayafuata matakwa yao, basi hakika utakuwa miongoni mwa wenye makosa." (Farook Malik)

Qiblah ni sehemu ya kuelekea wakati wa sala kwa kila Muislamu. Waislamu wameamriwa kuelekea Kaaba wakati wa maombi yao ya kila siku. Baada ya kusema kwamba "Watu wa Kitabu" (Wayahudi na Wakristo) hawatafuata Qiblah ya Waislamu, Allah kisha akaongeza: **"Wala wao kwa wao hawafuati Qiblah ya wenzao."** Kwa maneno mengine, Wayahudi hawataomba wakielekea Qiblah ya Wakristo, na kinyume chake. Hili ni kosa kubwa katika Qur'an. Ni ukweli unaojulikana kwamba Wakristo hawajawahi kuwa na Qiblah. Hawajawahi kupewa mwelekeo maalum wa kuelekea wakati wa sala. Hivyo basi, Allah anawezaje kusema kwamba Wayahudi hawatafuata Qiblah ya Wakristo? Katika Biblia nzima hakuna hata kidokezo la Qiblah kwa Wakristo. Ikiwa kweli kuna Qiblah kwa Wakristo kama Qur'an inavyodai, basi tungependa kuuliza: **Qiblah ya Wakristo ni ipi? Na Wakristo wanapaswa kuelekea wapi wakati wa kuomba?**

Lengo la mfano huu ni kuonyesha kwamba ikiwa Allah hana maarifa hata ya mambo ya msingi yanayoonekana wazi kuhusu Ukristo, tunawezaje kumwamini kuelewa ukweli wa ndani kuhusu Ukristo? Kwa hali hiyo, tunawezaje kumwamini chochote? Wanadamu wanaweza kukosea, lakini si Mungu. Kwa hiyo, wakati Biblia inashuhudia kwamba Yesu alikufa juu ya mti, usiruhusu Allah akudanganye kwa kukuambia vinginevyo. **Yeye hana maarifa!**

KIFO CHA YESU NI UKWELI WA KIHISTORIA

Kifo cha Yesu ni ukweli wa kihistoria. Kimewekwa imara kama tukio la kihistoria hata na vyanzo visivyo vya Kikristo. Wanazuoni wanaona Ubatizo wa Yesu na Kifo chake kwa kusulubiwa kuwa mambo mawili yenye uhakika wa kihistoria kuhusu maisha yake. James Dunn, mtaalamu mashuhuri wa Agano Jipya kutoka Uingereza, anasema:

"Mambo haya mawili katika maisha ya Yesu yanapata karibu makubaliano ya ulimwengu mzima na yanashika nafasi ya juu kabisa kwenye kiwango cha mambo ya kihistoria ambayo ni karibu haiwezekani kutiliwa shaka au kukanwa. Hivyo huwa mara nyingi ndiyo sehemu za kuanzia kwa masomo ya kihistoria kuhusu Yesu." ("Jesus Remembered" na James D. G. Dunn, ukurasa wa 339)

Ushuhuda wa Mwandishi wa Kihistoria wa Kirumi

Cornelius Tacitus (aliyezaliwa mwaka wa 55 BK) anatambulika kama mmoja wa waandishi wa kihistoria wakuu wa wakati wake. Mwandishi huyu wa Kirumi alirejelea maangamizi ya Kristo kwa Pontio Pilato na kuwepo kwa Wakristo huko Roma. Ukweli huu wa kihistoria umeandikwa katika kazi yake ya mwisho inayojulikana kama **"Annals"** (Kitabu cha 15, Sura ya 44).

Tacitus pia alirekodi jinsi Mfalme Nero alivyoelekeza lawama za moto wa Roma kwa wale waliokuwa "wakitwa Wakristo na umma." Aliongeza: **"Cristus, ambaye jina hilo**

limetokana naye, alipata adhabu kali sana wakati wa utawala wa Tiberio mikononi mwa mmoja wa wakuu wetu, Pontio Pilato." (Kazi Kamili za Tacitus, zimetafsiriwa na A. Church na W. Brodribb, ukurasa wa 380)

Adhabu kali zaidi ambayo Warumi walimpa mtu ilikuwa kifo kwa kunyongwa msalabani. Tacitus si tu alithibitisha kuwa Yesu aliuawa bali pia alimtaja **"Pontio Pilato"** kama mtu aliyewajibika kwa kifo chake. **"Annals"** ya Tacitus inatambulika na wanahistoria kama chanzo bora zaidi cha taarifa kuhusu kipindi hiki cha kihistoria. Bila shaka, Wakristo hawategemei historia ya kidunia kuthibitisha kifo cha Yesu. Wana Biblia Takatifu. Sasa linganisha jinsi akaunti ya kihistoria ya Tacitus inavyolingana na akaunti sahihi iliyoandikwa miaka mingi kabla na waandishi wa Injili:

Marko 15:15: Ndipo Pilato, akitaka kuuridhisha umati, akamwachilia Baraba kwao, na baada ya kumchapa Yesu mijeledi, akamtoa asulubiwe.

Luka 23:24-25: Basi Pilato akaamua shauri lao litendeke. Akamwachilia yule aliyekuwa gerezani kwa sababu ya uchochezi na uuaji, aliyemtaka, lakini akamtoa Yesu kwa mapenzi yao.

Mafundisho ya Uislamu Kuhusu Kifo cha Yesu Yamejaa Mkanganyiko – Hata kwa Waislamu Wenyewe

Waislamu wengi wanaamini kwamba Yesu hakuwahi kuwekwa msalabani, bali alinyakuliwa mbinguni huku mtu mwingine akiuawa badala yake. Waislamu wanatofautiana juu ya huyu mbadala alikuwa nani. Hakuna uhakika kama alikuwa Yuda Iskariote, Simoni wa Kirene, au mmoja wa askari Warumi. Waislamu wengine wanaamini kwamba Yesu alisulubiwa lakini hakufa msalabani. Maoni haya yote tofauti yameandikwa katika vyanzo vinavyotambulika vya Uislamu. Waislamu wengine hata wanaamini kwamba Yesu alinusurika kusulubiwa na akafa nchini India akiwa na umri wa miaka 120. Mkanganyiko huu wote unatokana na mafundisho ya Allah ambayo hayajakamilika na yanayokinzana katika Qur'ani. Je, unaweza kuweka wokovu wako wa milele kwenye dini isiyo thabiti na yenye mkanganyiko kama hii?

Ni muhimu pia kwa Waislamu kutambua kwamba Muhammad alikuja mamia ya miaka baada ya wakati wa kifo cha Yesu. Aliishi mamia ya maili kutoka mahali tukio hilo lilipotokea. Hakuwa na ufahamu wowote wa Kiebrania au Kigiriki – lugha za Maandiko Matakatifu. Alizungumza lugha tofauti. Na hakutoa hata ushahidi mmoja wa kuunga mkono mafundisho yake mapya. Kwa hiyo, ushuhuda wa Muhammad pekee – ambaye alikiri kwamba hakuwa na elimu ya kusoma na kuandika – unaweza vipi kushinda ushuhuda wa mamia ya mashahidi waliokuwepo wakati wa tukio hili?

Ingawa wasio wa dini wanaweza wasikubali fundisho la Kikristo la wokovu kupitia kifo cha Yesu, bado wanatambua kifo cha Yesu kama ukweli wa kihistoria. Waislamu wanaweza kukataa fundisho la Kikristo la wokovu kupitia kifo cha Yesu, lakini hawawezi kukataa historia. Kwa bahati mbaya kwa Waislamu, Qur'ani inathibitisha na wakati huo huo inakanusha kifo cha Yesu.

Waislamu, wokovu wenu wa milele unategemea kusalimu amri kwa mojawapo ya Vitabu hivi viwili – Qur'ani au Biblia Takatifu. Na wokovu wenu wa milele unategemea kusalimu amri kwa mojawapo ya dini hizi mbili – Uislamu au Ukristo. Moja ni ya kweli na moja ni ya uongo. Chagua kwa busara!

SEHEMU YA 05

MATENDO MABAYA YA ALLAH

Huna haja ya kuchukua maneno yetu kwa kile kilichoandikwa hapa kuhusu Allah katika makala hii. Soma tu kile vyanzo vya Kiislamu vyenyewe vinavyofichua kuhusu Allah. Uislamu wenyewe ni chanzo cha nyenzo za makala hii. Kwa hivyo, ikiwa hukubaliani na lolote lililoandikwa hapa, tafadhali lijadili na Uislamu. Tutaanza kwa kunukuu kutoka kwa chanzo cha Kiislamu ili kumtambulisha Allah kwa wasomaji wetu.

Dalili za Uovu Kutoka kwa Allah:

"Ikiwa uovu (**khaatir**) unatoka kwa Allah utatambuliwa kwa uimara wake na kutokuwa na uwezo wa kupambana nao. Mtu atagundua kuwa hawezi kujikinga nao. Ikiwa uovu (**sharr**) unaoathiri moyo ni thabiti na unadumu bila kubadilika, ukiwa na hali ya kudumu inayosababisha nafsi isitulie kabisa na kuwa na tamaa ya kufanya uovu, wakati huo huo juhudi zote na njia za kupambana na uovu huo hazina mafanikio mbele ya shambulio hilo la uovu, basi uovu huo unatoka kwa Allah." (**Dalili za Uovu Kutoka kwa Allah – http://www.islaam.org/Tasawwuf/Tasa**)

Tunahitaji kusema zaidi? Vyanzo vya Kiislamu vyenyewe vinaonyesha kuwa hakuna njia ya kuepuka kwa wale wanaoanguka chini ya shambulio la uovu kutoka kwa Allah. Hebu sasa tuangalie aya za Qur'ani husika. Tumwache Allah mwenyewe afichue utambulisho wake wa kweli kwetu. Tutachunguza pia tofauti kati ya Allah na Yehova. Aya ifuatayo ya Qur'ani inafichua kwamba Allah amewateua "mashetani wa wanadamu na Majini" kuwa maadui wa Manabii wa Mungu. Kwa kuzingatia umuhimu wa aya hii ya Qur'ani, tumetoa tafsiri tatu tofauti ili wasomaji wetu waweze kuelewa maana sahihi ya aya hii:

Surah 6:112:

"Kwa hivyo tumewateua kwa kila Nabii adui – mashetani wa wanadamu na Majini; wanaoambiana kwa maneno ya kuvutia na ya kudanganya yanayopelekea kupotea, lakini lau Mola wako Angelitaka wasingefanya hivyo." (H. S. Aziz)

"Vivyo hivyo, tumewateua kwa kila nabii adui—mashetani wa wanadamu na majini—wanaoambiana kwa maneno mazuri ili kudanganya. Lakini lau Mola wako angelitaka, wasingefanya hivyo. Basi waache na uzushi wao." (Talal A. Itani)

"Hivyo, tumempa kila mjumbe mpinzani, mashetani kutoka kwa wanadamu na roho, baadhi yao wakihamasisha wengine kwa maneno ya kuvutia ili kuwadanganya. Ikiwa Mola wako

angelitaka, wasingefanya hivyo; basi waache pamoja na yale wanayobuni." (T. B. Irving)

Aya hii ya Qur'ani inadhuru sana na inafichua ukweli ufuatao kuhusu Allah:

Moja: Allah mwenyewe alichukua jukumu la kuwateua "mashetani wa wanadamu na Majini" kuwa wapinzani wa Manabii wa Mungu – kila mmoja wao. Kwa mara ya kwanza, kwa nini Allah anapaswa kuwateua maadui kwa ajili ya Manabii wa Mungu?

Mbili: Allah ana mawasiliano na Majini ambao kwa hakika ni viumbe wa kiroho wa kishetani. Muungano huu wa kidhalimu kati ya Allah na mashetani unapaswa kuwaonya Waislamu waaminifu.

Tatu: Lengo la maadui hawa – wanadamu na mashetani – ni kuhamasishana kwa "maneno ya kuvutia na ya udanganyifu yanayopotosha" ili kuwapotosha Manabii wa Mungu.

Nne: Aya hii ya Qur'ani pia inaonyesha kwamba maadui hawa wa Manabii "wasingefanya hivyo" isipokuwa kwa "mapenzi thabiti" ya Allah. Kwa maneno mengine, ni mapenzi thabiti ya Allah kutumia "mashetani wa wanadamu na Majini" kuwapotosha/kudanganya Manabii wa Mungu.

Je, Mungu wa kweli angefanya kitendo cha uovu kama hicho kwa Manabii wake mwenyewe? Kwa kulinganisha kabisa, Biblia inafichua jinsi Yehova Mungu anavyowajali Manabii wake. Inaonyesha jinsi anavyowapa ulinzi wake wa upendo. Kinyume kabisa na Allah, Yehova huwalinda dhidi ya kudanganywa na wapinzani wao waovu:

Zaburi 105:14-15:

"Na Mungu hakuacha mtu yeyote awadanganye, Bali kwa ajili yao akawakemea wafalme, Akisema: 'Msiwaguse watiwa mafuta wangu, Na kwa manabii wangu msiwafanye jambo baya.'"

Je, huoni tofauti kubwa kati ya Allah na Yehova? Mmoja anawanasa Manabii wa Mungu kwa kushirikiana na maadui wa kishetani kuwahadaa, huku mwingine akiwaokoa dhidi ya udanganyifu wa maadui wao waovu. Unadhani nani anatenda kama Muumba wa kweli? Ni Yehova au Allah?

Siyo tu kwamba Yehova huwakinga Manabii wake, lakini pia huwaalika waabudu wake wa kweli kuja chini ya ulinzi wake wa kimungu:

Yakobo 4:7:

"Basi, jitiisheni kwa Mungu; lakini mpingeni Ibilisi, naye atawakimbia."

Zaidi ya hayo, ni kinyume kabisa na Utakatifu wa Yehova kutumia uovu au matendo ya uovu kama njia ya kuwajaribu waabudu wake:

Yakobo 1:13:

"Mtu asiseme anapojaribiwa, 'Ninajaribiwa na Mungu.' Kwa maana Mungu hawezi kujaribiwa kwa mambo maovu, wala yeye hamjaribu mtu yeyote kwa maovu."

Ikiwa Allah anaweza kuteua binafsi "mashetani wa wanadamu na Majini" kuwapotosha Manabii wa Mungu, waislamu wa kawaida wanasimama wapi? Na baya zaidi

ni kwamba badala ya kuwalinda Manabii wa Mungu, Allah anapanua ulinzi wake kwa mashetani:

Surah 21:82:

"Miongoni mwa mashetani, tulimteulia (Suleiman) baadhi yao waliozamisha baharini kwa ajili yake na kutekeleza kazi nyingine. Sisi wenyewe tuliwahakikishia usalama wao." (Dawood)

"Na kutoka kwa mashetani ambao huzama kwa ajili yake, na hufanya kazi nyingine zaidi ya hiyo, na Sisi tulikuwa kwa ajili yao walinzi." (Tafsiri Halisi na Samira)

Allah anawalinda mashetani na kuhakikisha usalama wao. Hili linatusaidia kutambua kweli Allah ni nani. Kwa kulinganisha, ni mapenzi ya Yehova kuharibu Shetani na mashetani wake. Tukio hili litafanyika hivi karibuni:

Warumi 16:20:

"Kwa upande wake, Mungu anayetoa amani atamponda Shetani chini ya miguu yenu karibuni."

Waislamu, je, mnataka kweli kumtii mungu ambaye anashirikiana na mashetani? Je, si busara kumtumikia Mungu wa kweli anayewaalika kuja chini ya ulinzi wake kutoka kwa Shetani na mashetani wake? Tunatumaini kwa dhati kwamba mtakuja kutambua ukweli na kuacha dini ya Uislamu. Ikiwa bado hamjafanya uamuzi, tafakarini kwa makini aya ifuatayo ya Qur'ani. Tafsiri mbili tofauti zinatolewa hapa chini kufichua asili mbaya sana ya Allah:

Surah 19:83:

"Je, huoni kuwa tumetuma Shayatin (mashetani) dhidi ya makafiri kuwasukuma kufanya uovu?" (Hilali-Khan)

"Je, huoni kwamba tumewatuma mashetani dhidi ya makafiri, kuwasababisha watende dhambi kwa uchochezi wao?" (Sale)

Ni wazi kwamba Allah na mashetani wanafanya kazi pamoja kama mmoja. Je, Mungu wa kweli anaweza "kumsukuma" mtu yeyote "kufanya uovu" moja kwa moja au kwa kutumia mashetani? Je, si huu ni mfano wa Shetani? Tunatarajia Mungu awaadhibu wenye dhambi wasiotubu, lakini ni kinyume na utakatifu wa Mungu Mwenyezi "kumsukuma" asiyeamini "kufanya uovu." Hilo lingemfanya Mungu kuwa mtendaji wa uovu.

Na baya zaidi ni aya ifuatayo ya Qur'ani. La kushangaza, inaonyesha kwamba Allah anazuia makusudi uongozi ili kutimiza idadi yake ya mapema ya watu anaotaka kuwapeleka Jahannamu ya Kiislamu.

Surah 32:13:

"Laiti tungetaka, tungeweza kuwapa kila nafsi mwongozo wake, lakini tayari imedhamiriwa kwamba nitajaza Jahannamu na Majini na wanadamu, wote kwa pamoja." (Khalifa)

"Laiti tungelipenda, tungeweza kuwapa mwongozo kila nafsi, lakini amri yangu kwamba Jahannamu itajazwa na majini na watu tayari imetekelezwa." (Sarwar)

Aya hii ya Qur'ani inathibitisha kuwa Allah ni mungu mwenye hulka ya kikatili ambaye kwa makusudi anazuia mwongozo kwa lengo la kufurahia kujaza Jahannamu na wanadamu (na Majini). Je, Waislamu wanawezaje kumtii mungu ambaye anazuia mwongozo kwa lengo la pekee la kutimiza idadi aliyoamua ya watu anaotaka kuwapeleka huko? Hili ni jambo lisilo la kimaadili kabisa. Tunapaswa kukumbuka kwamba kwa mujibu wa mafundisho ya moto wa Jahannamu katika Uislamu, hili lingemaanisha mahali pa mateso yasiyoelezeka kwa mabilioni katika moto wa mateso katika maisha ya baadae. Je, Allah anaweza kweli kuwa Mungu wa kweli?

Hii inathibitisha kwamba roho inayozungumza hadi leo katika Qur'ani si ya kimungu wala ya kiungu bali ni nguvu ya kishetani isiyo ya Mungu ambayo inawashikilia mateka zaidi ya Waislamu bilioni moja. Je, inashangaza basi kwamba Allah hana huruma yoyote kuhusu kupanga mabilioni kwenda kwenye mateso ya milele? Sasa angalia tofauti kati ya roho yenye chuki ya Allah na huruma ya Yehova:

2 Petro 3:9:

"Yehova si mwenye kukawia kuhusu ahadi yake, kama watu wengine wanavyofikiri ni kukawia, bali yeye ana uvumilivu kwa sababu hataki mtu yeyote aangamizwe bali anataka wote wafikie kutubu."

Yehova "hataki mtu yeyote aangamizwe bali anataka wote wafikie kutubu." Tambua kwa makini maana ya hili. Hii inamaanisha kwamba Yehova hapangi matokeo ya hatima ya mtu yeyote. Ni juu yetu binafsi kuamua matokeo ya wokovu wetu. Na Yehova kwa upendo anatusihi tufanye uamuzi sahihi kwa kumrudia kwa toba. Ni matamanio yake ya upendo kwamba tufanye hivyo. Ni Mungu mwenye upendo kiasi gani! Mlango wa wokovu wa milele uko wazi kwa wote wanaotubu kwa dhati na kuacha njia zao za dhambi. Ndiyo, tuna hiari ya kuepuka hukumu mbaya. Sisi ndio mabwana wa hatima yetu.

Hii ndiyo sifa ya upendo wa kweli ya Muumba mwenye upendo.

Tabia hii ya upendo wa Yehova inadhihirishwa zaidi katika aya zifuatazo:

Ezekieli 18:21-23:

"Sasa ikiwa mtu mwovu ataacha dhambi zote alizofanya na kushika sheria zangu na kufanya yaliyo haki na sawa, kwa hakika ataendelea kuishi. Hatafia. Dhambi zote alizofanya hazitakumbukwa dhidi yake. Ataishi kwa kufanya yaliyo haki." "Je, ninapendezwa kwa namna yoyote ile na kifo cha mtu mwovu?" asema Bwana Mwenye Enzi Kuu Yehova. "Je, sipendezwi badala yake kwamba aache njia zake na kuishi?"

Huruma hutolewa kwa mwenye dhambi ambaye anatubu na kuacha njia zake za dhambi. Yehova anamshauri mwenye dhambi kutumia hiari yake kubadilisha njia zake na kuendelea kuishi. Waislamu wanapaswa kutafakari kwa makini tofauti kati ya sifa za Yehova na sifa za Allah.

Lakini asili ya uovu ya Allah haikomi hapa. Angalia kwa makini jinsi Allah anavyoshirikiana na Shetani. Ni ukweli unaojulikana kwamba nia mbaya ya Shetani ni kuiangamiza wanadamu. La kushangaza, Allah anamwimarisha Shetani kutekeleza nia yake mbaya. Soma aya zifuatazo za Qur'ani kwa makini. Tafsiri tatu tofauti zinatolewa hapa chini:

Surah 38:82-83:

(Shetani) alisema: "Kwa uwezo Wako, nitawapoteza wote, isipokuwa watumishi Wako waliochaguliwa kati yao (waumini wa kweli wa Tauhidi ya Kiislamu)." (Hilali-Khan)

Iblis alisema: "Basi, kwa nguvu Zako, nitawapotosha wote, – Isipokuwa Watumishi Wako miongoni mwao, waaminifu na waliotakaswa kwa Neema Yako." (Yusuf Ali)

Akasema: "Kwa ushawishi Wako, nitawashawishi wote isipokuwa wale kati yao ambao ni waabudu Wako waaminifu." (T. B. Irving)

Je, unaweza kuamini hili? Shetani anatoa sifa kubwa kwa waabudu wa Allah. Hili peke yake linazungumza mengi. Je, si ajabu kumpata Shetani akitaja jina la Allah ili kutekeleza vitendo vyake vya hila? Shetani anajivunia kwamba, isipokuwa waabudu wa Allah, atawapotosha wanadamu wote kupitia "Nguvu" ya Allah. Hii inamaanisha kupitia "uwezo" na "ushawishi" wa Allah. Waislamu wanapaswa kusoma Qur'ani kwa lugha wanayoweza kuelewa. Hili ni muhimu ikiwa wanataka kujua wanamwabudu nani hasa. Hebu tulinganishe tabia za Allah na tabia za Shetani.

SHETANI

Surah 4:119:

"Nitawapotosha na kuwajaza matumaini ya uongo." (A. Bewley)

ALLAH

Surah 16:93:

"Lau Allah angelitaka, angalikujaalia kuwa jamii moja, lakini humwacha anapotea amtakaye, na humwongoa amtakaye, na bila shaka mtaulizwa kuhusu mliyokuwa mkiyafanya." (Ali Quli Qara'i)

Hakuna tofauti kati ya tabia ya Allah na ile ya Shetani. Wote wawili wanapotosha watu. Je, umewahi kujiuliza kwa nini Mwislamu hawezi kuona makosa ya njia zake? Kwa mfano, Mwislamu huinama kuelekea Jiwe Jeusi la Ka'aba kila anapomwomba Allah. Na wakati wa hija, pia hubusu Jiwe Jeusi. Hata hivyo, hawezi kuona asili ya kiibada ya sanamu ya namna yake ya ibada. Kwa nini? Aya ifuatayo ya Qur'ani inatoa jibu la swali hili:

Surah 45:23:

"Allah humpoteza kwa makusudi na kuziba masikio yake na moyo wake, na kuweka kifuniko juu ya macho yake." (Pickthall)

Je, sasa unaelewa kwa nini Waislamu hawawezi kuona upumbavu wa njia zao? Bila shaka, wapinzani wa Kiislamu watasema kuwa Allah hufanya hili tu kwa wale wasioamini. Wanakosea sana. Ikiwa Allah anaweza binafsi kuwateua wapinzani kuwapotosha Manabii, kuna hakikisho gani kwamba atawaepusha Waislamu wa kawaida?

Khalifa Abu Bakr alikuwa Khalifa wa kwanza wa Uislamu. Pia alikuwa rafiki wa karibu wa Muhammad. Alifundishwa moja kwa moja Qur'ani na Muhammad. Alimwelewa Allah vizuri zaidi kuliko wapinzani wa Kiislamu wa leo. Hata ingawa Muhammad binafsi alimhakikishia nafasi ya Peponi, hakuwa na imani na Allah kwa wokovu wake. Kwa nini? Alijua Allah alikuwa mdanganyifu:

"Wakati wowote alipokumbushwa nafasi yake machoni pa Allah, alisema: 'Naapa kwa Allah! Singejihisi salama dhidi ya udanganyifu wa Allah, hata kama ningekuwa na mguu mmoja Peponi.'" ("Successors of the Messenger" na Khalid Muhammad Khalid, ukurasa wa 70.)

Waislamu, amkeni! Biblia Takatifu inatufundisha kumtambua Allah ni nani hasa:

2 Wakorintho 4:3-4:

"Lakini ikiwa habari njema tunayotangaza imefunikwa, imefunikwa miongoni mwa wale wanaoangamia, ambao mungu wa mfumo huu wa mambo, yaani, Shetani, amepofusha akili za wasioamini."

Haiwezekani kwa Mungu wa kweli kumpotosha mtu yeyote. Kwa kweli, kinyume chake ndicho kilicho sahihi.

Isaya 48:17:

"Mimi, Yehova, ni Mungu wako, Yeye anayekufundisha ili ujipatie faida, Yeye anayekuongoza katika njia unayopaswa kutembea."

Wapendwa Waislamu, tumetoa sababu halali katika makala hii ili kuwasaidia kufanya tathmini ya Allah. Hata hivyo, zipo sababu nyingi zaidi zinazoonyesha kwa nini Allah hawezi kuwa Mungu wa kweli. Ingawa makala hii inaweza kwa kueleweka kuwasikitisha au kuwakasirisha, tafadhali kumbukeni kwamba wanaosema ukweli kama huu ndio marafiki bora zaidi wa Waislamu. Wakati Ukweli unaweza kuumiza, ni Uongo unaoweza kukuangamiza. Wokovu wenu wa milele unategemea kujua Ukweli kuhusu Muumba wenu. Tuna matumaini ya dhati kwamba makala hii itawachochea kumtafuta Mungu wa kweli:

Isaya 55:6:

"Mtafuteni Yehova wakati anapoweza kupatikana. Mwiteni wakati yuko karibu."

SEHEMU YA 06

SURAH 19:19 – YESU KRISTO KATIKA QUR'AN

Miongoni mwa dini zisizo za Kikristo, Uislamu ni dini pekee inayomtambua Yesu Kristo. Qur'an inazungumzia mengi kuhusu Yesu Kristo. Kwa hakika, Yesu ametajwa katika zaidi ya aya tisini ndani ya Qur'an. Uislamu unathibitisha kuwa Yesu alizaliwa na bikira, hakuwa na dhambi, alifanya miujiza, na alikuwa wa kipekee kuliko manabii wengine. Hata hivyo, wakati huo huo, Uislamu unakanusha kwa dhahiri Uwana wa Yesu Kristo. Hili ni mojawapo ya masuala makubwa ya kidoktrina ambapo Ukristo na Uislamu hutofautiana. Ni ipi kati ya imani hizi mbili ina uelewa sahihi wa Yesu? Je, ni Uislamu au Ukristo? Maoni mawili yanayokinzana hayawezi kuwa ya kweli kwa wakati mmoja. Wokovu wetu unategemea sana kujua jibu sahihi.

Ingawa Yesu anachukuliwa kama nabii anayeheshimiwa sana katika Uislamu, bado unamchukulia kama si zaidi ya nabii wa Mungu. Hata hivyo, kwa Wakristo, ni ukweli usiopingika kwamba Yesu ni Mwana wa pekee wa Mungu. Wakati Qur'an inakanusha Uwana wake waziwazi, kuna ushahidi mwingi wa ndani katika Qur'an yenyewe unaothibitisha ukweli wa Kibiblia kwamba Yesu kwa hakika ni Mwana wa Mungu. Ushuhuda kuhusu Yesu Kristo unaonyesha wazi kwamba yeye ni zaidi ya nabii. Kwa kweli, Waislamu wengi hawajui kuwa Qur'an inathibitisha ukweli mkubwa ufuatao kuhusu nafsi ya Yesu Kristo:

1. Alizaliwa na Bikira – **Surah 3:45-47; Surah 19:17-21.**
2. Alikuwa Neno la Mungu – **Surah 4:171.**
3. Alikuwa Roho kutoka kwa Mungu – **Surah 4:171.**
4. Hakuwa na dosari (Hakuwa na Dhambi) – **Surah 19:19.**
5. Alikuwa Masihi – **Surah 4:171.**
6. Alikuwa Mashuhuri katika Dunia hii na ataendelea kuwa hivyo Akhera – **Surah 3:45.**
7. Alipandishwa Mbinguni na Mungu – **Surah 4:158.**
8. Atarudi kama Ishara ya Saa ya Hukumu – **Surah 43:61.**

Sasa tutaangazia kwa undani zaidi. Kilicho muhimu kwa Waislamu kuzingatia ni kwamba Qur'an itatumika kwa kina kuthibitisha hoja yetu kwamba Yesu Kristo ni kwa kweli Mwana wa pekee wa Mungu.

NABII WA PEKEE ALIYEZALIWA KWA BIKIRA

Moja ya mambo muhimu ya makubaliano kati ya Uislamu na Ukristo ni kuhusu mimba ya Yesu. Biblia na Qur'an zote zinakubaliana kwamba Yesu alitungwa mimba na Mariamu bila kushirikiana kimwili na mwanaume yeyote. Kuzaliwa kwa bikira kwa Yesu, kama ilivyofundishwa waziwazi katika Biblia Takatifu, pia kunafundishwa wazi katika Qur'an. Biblia inasema kwamba Yesu alitungwa mimba kwa njia ya kimiujiza kwa msaada wa roho takatifu ya Mungu. Kwa kutumia nguvu zake za kimiujiza, Mungu alihamisha uhai wa Yesu hadi katika tumbo la bikira wa Kiyahudi ili azaliwe kama mwanadamu. Mimba hii ya kimiujiza haikuwa tukio la kiholela kutoka kwa Mungu. Ilifanyika kutimiza unabii wa kimungu ulioaguliwa karne nyingi kabla katika Biblia, kabla ya kuzaliwa kwa Yesu. Kitabu cha Isaya kilitabiri kuzaliwa kwa bikira kwa Yesu zaidi ya miaka 700 kabla ya kuzaliwa kwake:

Isaya 7:14: "Kwa hiyo Bwana mwenyewe atawapa ishara: Tazama, bikira atachukua mimba, naye atazaa mwana, naye atamwita jina lake Imanueli."

Luka na Mathayo wanarekodi tukio hili la ajabu katika Biblia Takatifu. Rekodi inaonyesha wazi kwamba Mariamu alikuwa bikira ambaye hakuwa ameguswa na mwanaume yeyote wakati Yesu alitungwa mimba kwa uwezo wa roho takatifu:

Luka 1:30-35: Malaika akamwambia: "Usiogope, Mariamu, kwa maana umepata kibali mbele za Mungu. Tazama! Utachukua mimba tumboni mwako na kuzaa mwana, nawe utamwita jina lake Yesu. Huyu atakuwa mkuu, naye ataitwa Mwana wa Aliye Juu; na Bwana Mungu atampa kiti cha enzi cha Daudi baba yake, naye atatawala nyumba ya Yakobo milele, na ufalme wake hautakuwa na mwisho." Lakini Mariamu akamwambia malaika: "Haya yatakuwaje, kwa kuwa mimi ni bikira?" Malaika akamjibu: "Roho takatifu atakujilia, na nguvu za Aliye Juu zitakufunika. Kwa sababu hiyo, mtoto atakayezaliwa ataitwa mtakatifu — Mwana wa Mungu."

Mathayo 1:22-23: Haya yote yalitokea ili yale yaliyonenwa na Bwana Mungu kupitia kwa nabii wake yatimie, akisema: "Tazama! Bikira atachukua mimba na kuzaa mwana, nao watamwita jina lake Imanueli…"

JAMBO LA KIPEKEE KUHUSU MIMBA YA YESU

Sifa hii ya kipekee kuhusu mimba ya Yesu ni mojawapo ya mafundisho wazi na yasiyo na utata yaliyomo katika Qur'an na Biblia. Ukweli huu umeimarishwa kimsingi na Maandiko yote mawili. Unatajwa mara kadhaa katika Qur'an. Hapa kuna mifano miwili kutoka katika Qur'an:

Surah 3:45-47: "Tazama! Malaika walisema: 'Ewe Mariamu! Mwenyezi Mungu anakutangaza habari njema ya Neno kutoka kwake: jina lake litakuwa Masihi Yesu, mwana wa Mariamu, mwenye heshima duniani na Akhera, na wa wale waliokaribu na Mwenyezi Mungu...' Mariamu akasema: 'Ewe Mola wangu! Nitapataje mtoto na hali hakuna mwanaume aliyenigusa?' Akaambiwa: 'Hivyo ndivyo Mungu anavyoumba atakavyo: Anapokusudia jambo, huliambia, "Kuwa," na huwa!'" (Yusuf Ali)

Aya ifuatayo inarekodi jinsi malaika Gabrieli alivyomtembelea Mariamu na kumtangazia mimba ya kipekee ya Yesu:

Surah 19:17-21: "Akaweka pazia kujificha nao. Tukamtumia roho yetu, naye akamtokea kwa umbo la mwanadamu kamili. Akasema: 'Ninakutaka hifadhi kwa Mwenyezi Mungu, Mwenye Huruma, usinifikie ikiwa unamcha Mungu.' Akasema: 'Sivyo! Mimi ni mjumbe kutoka kwa Mola wako, ili nikutangazie habari za mtoto mtakatifu.' Akasema: 'Nitapataje mtoto hali hakuna mwanamume aliyenigusa, wala mimi si mwasherati?' Akajibu: 'Ndivyo hivyo: Mola wako amesema, 'Hili ni rahisi kwangu: na tunamtaka awe ishara kwa watu na rehema kutoka kwetu. Hili ni jambo lililokwishapangwa.'" (Yusuf Ali)

Kama Mariamu angekuwa amemchukua mimba ya Yesu kwa njia ya kawaida ya kujamiana, isingekuwa muhimu kwa Gabrieli kueleza jinsi mimba hiyo ingetokea. Msisitizo wa kuzaliwa kwa bikira katika Qur'an unaweza kuonekana katika jina ambalo Yesu anaitwa mara kwa mara, yaani **"ibn Maryam"** – "mwana wa Mariamu" (**Surah 3:45**). Mara kwa mara jina hili linapotajwa katika Qur'an linaimarisha hitimisho kwamba Mariamu alitungwa mimba ya Yesu bila msaada wa baba wa kibinadamu. Katika nyakati za kihistoria, watoto walikuwa wakipewa majina kulingana na baba zao karibu kila mara.

Kuna aya nyingine za Qur'an zinazosisitiza ukweli huu kwa nguvu sawa:

Surah 21:91: "Na [kumbuka] yule aliyelinda ubikira wake: Tukampulizia roho yetu, na tukamfanya yeye na mwanawe kuwa ishara kwa watu wote." (Yusuf Ali)

Aya hii ya Qur'an inasema wazi kwamba mimba ya Yesu ilifanyika kwa msaada wa roho ya Mungu. Inasema: "Tukampulizia roho yetu." Jinsi ambavyo "mwanawe" aliumbwa ndani yake bila kumbukumbu ya baba wa kibinadamu kunasisitiza tena mimba ya kimiujiza ya Yesu Kristo.

Karne nyingi kabla ya Qur'an kuwepo, Biblia Takatifu ilishuhudia ukweli huu:

Mathayo 1:18: "Hivi ndivyo kuzaliwa kwa Yesu Kristo kulivyotokea..., alipatikana kuwa mjamzito kwa roho takatifu."

Ni muhimu pia kutambua kwamba Mariamu ni mwanamke pekee anayetajwa kwa jina katika Qur'an nzima. Kwa hakika, sura nzima imepewa jina lake – **Surah Maryam**. Hata Hawa – mama wa binadamu wote – hatatajwa kwa jina. Kwa nini Qur'an inamheshimu Mariamu kwa kiwango hiki? Ni kwa sababu ya nafasi yake muhimu katika historia ya wanadamu kama mwanamke pekee aliyebeba mimba ya mtoto akiwa bado bikira. Na ndiye aliyemlea mkubwa kuliko manabii wote wa Mungu.

Surah 3:42: "Tazama! Malaika walimwambia: 'Ewe Mariamu! Mwenyezi Mungu amekuchagua na kukutakasa – amekuchagua juu ya wanawake wa mataifa yote.'" (Yusuf Ali)

Heshima ya Mariamu katika aya ya Qur'an hapo juu inarudia kile kilichoandikwa karne nyingi zilizopita katika Biblia Takatifu:

Luka 1:42: "Umebarikiwa wewe kati ya wanawake, naye mzao wa tumbo lako amebarikiwa."

SABABU YA MIMBA YA KIPEKEE YA YESU

Kama mwanadamu wa kwanza duniani, Adamu aliumbwa bila msaada wa baba au mama wa kibinadamu. Ni jambo lisilowezekana kimantiki kwamba angekuwa na wazazi wa kibinadamu. Hivyo basi, tendo kama hili la uumbaji lilikuwa la lazima mwanzoni mwa ulimwengu wa wanadamu. Mtu fulani alihitajika kuumbwa kwanza. Hata hivyo, kwa upande wa Yesu, tunagundua kuwa alitungwa mimba bila msaada wa baba wa kibinadamu wakati ambapo mchakato wa kawaida wa Mungu wa kuzaa ulikuwa tayari umewekwa tangu mwanzo wa jamii ya binadamu. Hapa tunashuhudia Mungu akikomesha mkondo wa asili na kushinda sheria zile zile za uzazi ambazo yeye mwenyewe alikuwa ameziweka. Mungu alivuruga mkondo wa asili ili kuwezesha kuzaliwa kwa bikira kwa Yesu Kristo.

Kwa nini Mungu angefanya hivyo? Hakika, tendo kama hili halingeweza kufanyika bila sababu maalum. Yesu lazima alikuwa na uhusiano wa pekee sana na Yule ambaye ndiye mbunifu wa mimba hii ya kimiujiza – uhusiano ambao haujashirikishwa na nabii mwingine yeyote. Hakuna nabii mwingine aliyewahi kuzaliwa kwa njia ya ajabu kama mimba ya Yesu Kristo.

Kukataa kwamba Mungu hufanya jambo lolote bila kusudi nyuma yake ni sawa na kukataa uwepo wa Mungu mwenyewe. Katika Qur'an, hatuwezi kupata kusudi lililofafanuliwa wazi kuhusu mimba ya kipekee ya Yesu. Kukosekana huku kwa kusudi ndani ya Qur'an kunawachanganya wale wanaotafuta ukweli kuhusu maana ya kuzaliwa kwa miujiza kwa Yesu. Kwa kuzaliwa kupitia mwanamke bikira, Yesu alikuwa na mwanzo wa kipekee kabisa katika maisha yake hapa duniani. Yeye ndiye mtu pekee katika historia ya binadamu aliyekuja duniani kwa njia ya ajabu kama hii. Kwa hivyo, hatuwezi kuridhika na tamko la Qur'an kwamba kuzaliwa kwa bikira kulikuwa tu onyesho la nguvu za Mungu.

Ni ukweli usiopingika kwamba kuzaliwa kwa bikira kwa Yesu Kristo kulitokana na nguvu za Mungu. Hata hivyo, hili peke yake halielezi maana au kusudi lake. Mimba ya kimiujiza ya Yesu haikuweza kuwa tu kwa madhumuni ya kuonyesha nguvu za Mungu. Kwa nini tunasema hivyo? Sababu ni kwamba hakukuwa na dhihirisho la wazi la nguvu za Mungu kwa wanadamu kushuhudia wakati Mungu alisababisha mimba hiyo kutokea. Mimba hiyo ya kimiujiza haikuweza kuonekana kimwili, kwani hakukuwa na ushahidi wowote wa kuona. Kwa kuwa hakuna mtu aliyekuwa na uwezo wa kuona nguvu za kimiujiza zikitenda kazi wakati wa mimba hiyo, basi ingekuwa haina maana kwa Mungu kutumia tendo hilo kama njia ya kuonyesha nguvu zake. Kwa hivyo, kuzaliwa kwa bikira hakuwezi kuwa kwa madhumuni ya kuonyesha nguvu za Mungu kama Qur'an inavyodai. Qur'an iko wazi katika kosa hili.

Kwa nini basi kuzaliwa kwa bikira kulikuwa muhimu kabisa katika suala la Yesu? Hakika, tendo la ajabu kama hilo kutoka kwa Mungu haliwezi kuwa bila sababu au kusudi halali. Mungu hangevunja sheria zake mwenyewe kamilifu ili kusababisha kuzaliwa kwa bikira kama si muhimu kabisa kwake kufanya hivyo. Lazima kuwe na sababu maalum iliyohitaji Yesu kuzaliwa kwa njia hii.

Kuzaliwa kwa bikira ni jambo la imani ambalo limeimarishwa mara kwa mara katika Qur'an. Hata hivyo, tunagundua kuwa hakuna maelezo kwa ajili ya kuzaliwa kwa miujiza kwa Yesu. Katika Qur'an tunahakikishiwa kwamba tukio hilo lilitokea, lakini hatuambiwi kwa nini.

Hata hivyo, jibu linapatikana katika Biblia Takatifu. Ni katika Biblia pekee ambapo tunaweza kupata sababu ya mimba ya kipekee ya Yesu. Biblia inatufundisha kwamba, tofauti na manabii wengine wote, Yesu ni Mwana wa kipekee wa Mungu. Kama Mwana wa kipekee wa Mungu, haingewezekana kwake kuzaliwa kupitia baba wa kibinadamu wakati ulipowadia wa yeye kuja ulimwenguni kwa mfano wa mwanadamu. Kwa hiyo, ilikuwa ni muhimu kabisa kwa Yesu kuzaliwa na mwanamke bikira.

Biblia pia inatufundisha kwamba Yesu alikuwa na Baba yake mbinguni kabla ya kuja duniani kama mwanadamu. (Yohana 6:38; 8:23). Na Biblia inamtaja moja kwa moja Yesu kama Mwana wa pekee wa Mungu. (Yohana 3:16). Hivyo basi, Yesu hakuweza kuzaliwa kupitia baba wa kibinadamu kwa kuwa tayari yeye ni Mwana wa pekee wa Baba wa mbinguni. Kwa hiyo, ni Mungu pekee anayeweza kuwa Baba wa Mwana wa Mungu.

Ni kwa kumkubali Yesu kama Mwana wa Mungu tu ndipo mtu anaweza kuelewa umuhimu wa kuzaliwa kwa bikira. Hivyo basi, sababu ya kuzaliwa kwa kipekee kwa Yesu inafafanuliwa wazi katika Biblia pekee. Yesu alizaliwa kwa njia hii ya kipekee kwa ushiriki wa pekee na uingiliaji wa Mungu. Ndiyo maana kila kizazi cha Adamu kilikuja ulimwenguni kwa njia ya uzazi wa asili – isipokuwa Yesu pekee.

Watu wote wengine waliumbwa kutokana na mavumbi yale yale ambayo Adamu aliumbwa. Lakini Yesu peke yake alitungwa mimba kwa roho ya Mungu. Ndiyo maana alikuwa na mwanzo wa kipekee wa maisha yake duniani – kwa sababu yeye mwenyewe ni wa kipekee. Yeye ni Mwana wa kipekee wa Mungu.

MWANA WA MUNGU

Wakristo hawana shida kuelewa utambulisho wa Yesu Kristo kama Mwana wa Mungu. Hiki ndicho malaika alimweleza Mariamu alipokuja kueleza kuhusu mimba ya kimiujiza:

Luka 1:35: "Malaika akamjibu: 'Roho Mtakatifu atakujilia juu yako, na nguvu za Yeye Aliye Juu zitakufunika kama kivuli. Kwa sababu hiyo, yule atakayezaliwa ataitwa mtakatifu, Mwana wa Mungu.'"

Waislamu wanakataa Uana wa Yesu. Hata hivyo, Qur'ani na Biblia zote zinakubaliana kuwa Yesu hakuwa na baba wa kibinadamu. Sasa tuangalie simulizi linalofanana na hili katika Qur'ani. Katika **Surah 19:19**, malaika Jibril alitoa tangazo lifuatalo kwa Mariamu:

"Hapana, mimi ni mjumbe wa Mola wako, ili nikutangazie habari za zawadi ya mtoto mtakatifu." (Yusuf Ali)

Kwa kuwa malaika anamtaja Yesu kama "mtoto mtakatifu" katika **Surah 19:19**, tungependa kuwauliza Waislamu, "Mtoto" wa nani huyo? Je, ni wa Mariamu? Hebu tutafakari aya hii ya Qur'ani hatua kwa hatua ili kufikia jibu sahihi.

Katika **Surah 19:19**, malaika anatangaza kuhusu "zawadi ya mtoto mtakatifu." Aya hii ya Qur'ani inaweka wazi kwamba mtoto mtakatifu alikuwa zawadi kutoka kwa Mungu kwa Mariamu. Kwa hiyo, Mariamu alikuwa mpokeaji tu wa zawadi hiyo. Yeye si chanzo cha zawadi hiyo bali ni Mungu. Zawadi hiyo ilikuwa ni mtoto. Zawadi hiyo ni mali ya Mungu. Kwa hiyo, mtoto huyo ni mali ya Mungu. Mtoto huyo ni wake Mungu. Au kwa maneno mengine, Mwana wake. Hii inathibitisha ukweli wa Injili kwamba Yesu ni Mwana wa Mungu.

Surah 19:19 ni moja ya ushahidi wenye nguvu zaidi katika Qur'ani unaothibitisha kwamba Yesu Kristo ni kweli Mwana wa Mungu. Waislamu wana upotofu mkubwa kuhusu maana ya Wakristo kumuita Yesu Mwana wa Mungu. Kwa Waislamu, wanadhani kuwa Wakristo wanaamini kwamba Mungu alifanya tendo la kimwili la kijinsia ili kumpata mwana. Na wengi wao hudhani kwamba Wakristo wanaamini kwamba Mungu alifanya tendo la kijinsia na Mariamu ili kumpata Yesu. Ni wazo la kuchukiza sana! Huu ni ukafiri wa kutisha.

Hakuna Mkristo anayewahi kufikiria dhana ya kukufuru kama hiyo kuhusu Mungu wa kweli. Haiwezekani kabisa kwa Mungu kupata mwana kama mwanadamu anavyopata mwana. Hilo haliwezi kutokea. Mungu hawezi kufanya tendo la kimwili, na hatupaswi kumfikiria Mungu kwa njia hiyo. Wakristo hawaamini kwamba Yesu ni Mwana wa Mungu kwa maana ya kimwili, bali kabisa kwa maana ya kiroho.

Qur'ani Inauliza Swali Lifuatayo:

Surah 6:101: "Anawezaje kuwa na mwana wakati hana mke?" (A. Bewley)

Tazama kwa makini jinsi Uislamu unavyomhusisha Mungu na sifa za kimwili za wanadamu katika aya hii ya Qur'ani. Hakuna hata fikra ndogo inayotolewa kuhusu asili takatifu isiyo na mipaka ya utakatifu wa Mungu. Kwa sababu tu wanadamu hawawezi kupata watoto bila kushiriki tendo la ndoa na wake zao, Qur'ani inahitimisha kwa dharau kuwa Mungu, pia, hawezi kuwa na mwana bila kufanya tendo la ndoa na mwanamke. Muhammad hakuweza kuona zaidi ya mambo ya mwili. Hakuweza kuona zaidi ya mambo ya muda mfupi ili kuelewa asili ya kiungu ya Mungu. Muhammad hakuweza kutambua dharau kubwa ya Allah katika aya hii ya Qur'ani. Sababu ya kushindwa kwake kuelewa mambo ya kiroho ya Mungu imeelezwa wazi katika Biblia Takatifu:

1 Wakorintho 2:14: "Lakini mwanadamu wa asili hapokei mambo ya Roho wa Mungu, maana kwake ni upuzi; wala hawezi kuyajua, kwa kuwa yanachunguzwa kwa jinsi ya kiroho."

Ni muhimu kabisa kutambua kwamba maneno kama **"kiroho"** au **"kimaandiko"** hayaonekani popote katika Qur'ani yote. Je, kitabu ambacho hakina hata neno **"kiroho"** kinaweza kuelewa mambo ya kina ya kiroho ya Mungu? Hatuamini hivyo.

1 Wakorintho 2:10-13: "Lakini Mungu ametufunulia mambo haya kwa Roho wake, maana Roho huchunguza kila kitu, hata mambo ya ndani ya Mungu. Kwa maana ni nani awezaye kuyajua mawazo ya mtu isipokuwa roho ya mtu aliye ndani yake? Vivyo hivyo, hakuna anayejua mawazo ya Mungu isipokuwa Roho wa Mungu. Nasi hatukupokea roho ya ulimwengu, bali Roho atokaye kwa Mungu, ili tupate kujua mambo yale yaliyotolewa bure na Mungu kwetu."

Swali la Qur'ani: "Anawezaje kuwa na mwana bila mke?" linajibiwa ndani ya Qur'ani yenyewe:

Surah 39:4: "Kama Allah angelitaka kuchagua mwana, angeliweza kuchagua yeyote aliyemuumba. Ametukuka Yeye! Yeye ni Allah, Mmoja, Mkwasi." (Pickthall)

Je, aya hii ya Qur'ani haithibitishi kwamba Allah angeweza kuwa na mwana ikiwa angelitaka?

Tuchambue Swali Hili:

Swali la **Surah 6:101** linauliza: "Anawezaje Mungu kuwa na mwana bila mke?" Fikiria kwa muda udhaifu wa mantiki ya swali hili. Kwa mujibu wa mantiki hii ya Qur'ani, ingawa Mungu Mwenyezi aliweza kuumba ulimwengu mzima na kila kiumbe ndani yake kutoka kwenye utupu, anadaiwa kushindwa kupata mwana **"bila mke."**

Je, huu sio udhaifu wa kiroho na wa akili unaodhihirishwa katika swali hili? **Mungu wa kweli hana mipaka na hahitaji kufuata njia za kibinadamu kufanya kazi zake za kiungu.**

Zaidi ya hayo, ikiwa Mungu aliweza kumsababisha Mariamu kumzaa mwana kwa njia ya kimiujiza bila mume, kwa nini iwe haiwezekani kwa Yeye pia kupata mwana bila mke? Kwa nini Mariamu anaweza kufanya jambo ambalo Allah hawezi? Ikiwa Waislamu wanaweza kukubali kwamba ilikuwa inawezekana kwa Mariamu kupata mimba ya mwana bila kushirikiana kimwili na mume, kwa nini basi wanapata ugumu kukubali kwamba Muumba Mwenyezi anaweza pia kuwa na mwana bila mke? Ndiyo, ikiwa Mariamu anaweza kumzaa mwana bila ushiriki wa kimwili wa mume, hakika Mungu Mwenyezi anaweza pia kuwa na mwana bila ushiriki wa kimwili wa mke. Ni upumbavu mkubwa kumwekea Mungu mipaka kwa kusema, **"Mungu hawezi kuwa na mwana."** Qur'ani yenyewe inatangaza:

Surah 2:20: "Hakika Allah anao uweza wa kufanya kila kitu." (Usmani)

Fikiria! Allah anao uwezo wa kufanya kila kitu isipokuwa kuwa na mwana. Yehova Mungu ndiye Muumba Mwenyezi wa mbingu na dunia na kila kiumbe hai ndani yake. Na Mungu alimuuliza Abrahamu swali lifuatalo:

Mwanzo 18:14: "Je, kuna jambo gumu sana kwa Mwenyezi?"

Na Yesu Kristo, Nabii mkuu wa Mungu wa kweli, anatupa jibu:

Mathayo 19:26: "Kwa Mungu mambo yote yanawezekana."

Ni ukweli usiopingika kwamba Mungu aliwaumba wanadamu na kuwapa uwezo wa kuzaa watoto wa kiume na wa kike. Ndiyo, Mungu alimuumba Adamu akiwa na uwezo wa kupata watoto wa kiume na wa kike. Katika Kitabu cha Zaburi, Mungu anahoji na wale wanaodharau uwezo wake kwa upumbavu:

Zaburi 94:8-9: "Eleweni, enyi wapumbavu miongoni mwa watu! Ni lini mtapata hekima, enyi wajinga? Yeye aliyepanda sikio, je, hawezi kusikia? Yeye aliyefanya jicho, je, hawezi kuona?"

Na kwa maswali haya ya kuchochea fikra, tunaweza kuongeza: **"Yeye aliyewapa wanadamu uwezo wa kupata watoto wa kiume, je, hawezi kuwa na mwana?"** Jibu la kimantiki kwa swali hili ni dhahiri. Kwa ufahamu wa kimsingi tu, mtu mwenye kufikiri atakubali kwamba Mungu anaweza kuwa na mwana.

Neno "Mwana" linamaanisha tu "mtoto wa kiume" au "mzao wa kiume." Kila mtoto wa kiume lazima awe mwana wa baba aliyemleta duniani au aliyetengeneza maisha yake. Adamu hakuwa na baba wa kibinadamu, lakini bado alihitaji kuwa mwana wa mtu. Basi alikuwa mwana wa nani? Ni dhahiri kwamba Adamu ni mwana wa Mungu kwa sababu Mungu ndiye aliyetengeneza maisha yake. Mungu alikuwa baba yake. Biblia, ambayo inahifadhi historia ya zamani zaidi ya binadamu, inashuhudia ukweli huu wa msingi inapofuatilia ukoo wa wanadamu:

Luka 3:38: "…mwana wa Enoshi, mwana wa Sethi, mwana wa Adamu, mwana wa Mungu."

Kitendo cha Mungu cha kimungu cha uumbaji kilipelekea kuwepo kwa maisha ya Adamu – mwana wa Mungu wa duniani. Kuhusu Yesu, kuna jambo la kuvutia linalokiriwa katika Qur'ani:

Surah 3:59: "Hakika mfano wa Yesu kwa Allah ni kama mfano wa Adamu." (Pickthall)

Wote wawili hawakuwa na baba wa kibinadamu. Hivyo, kama vile Adamu alivyokuwa mwana wa Mungu, ndivyo ilivyo kwa Yesu. Hata hivyo, mfano huo unakomea hapo. Hii haimfanyi Adamu kuwa sawa na Yesu, Mwana wa kwanza aliye tukufu, ambaye aliishi na Baba yake wa mbinguni kwa muda mrefu sana kabla ya Adamu au kitu kingine chochote kuumbwa. (Tazama **Wakolosai 1:15**). Yesu alikuwa na bado ni Mwana wa kipekee wa Mungu.

Baadhi ya Waislamu wanaamini kwamba kwa sababu Yesu alizaliwa bila baba wa kibinadamu, mafundisho ya Kikristo kwamba Yesu ni Mwana wa Mungu yalianzishwa moja kwa moja kuanzia wakati huo. Kwa kweli, inapaswa kusisitizwa kwamba ni kinyume chake. Ni kwa sababu Yesu alikuwa Mwana wa Mungu kabla ya kuwepo kwake duniani, haikuwezekana kuzaliwa kwa njia nyingine yoyote. Waislamu wanahitaji kufahamu kwamba sababu pekee ya Yesu kuzaliwa kwa namna ya kimiujiza ni kwamba hakukuwa na njia nyingine kwa yeye, kama Mwana wa Mungu aliyekuwepo kabla, kuzaliwa. Ikiwa angezaliwa kwa njia ya kawaida, kungekuwa na ushahidi mdogo wa kuwepo kwake kabla ya dunia kama Mwana wa Mungu. Mafundisho ya kuzaliwa kwa bikira ni ya msingi katika imani ya Kikristo kwamba Yesu ni Mwana wa Mungu. Upekee wa kuzaliwa kwake ni wa muhimu kwa imani ya Kikristo kuhusu Yesu kama Mwana wa Mungu wa kipekee.

Mara Qur'ani inapokataa ukweli kwamba Yesu ni Mwana wa Mungu, haiwezi kupata maana yoyote ya hali hii. Kinyume chake, Biblia inatoa kusudi la lazima la kweli kwa hili – kwamba, kwa kuwa yeye ni Mwana wa Mungu, hakukuwa na njia nyingine ambayo angeweza kuzaliwa. Ni katika upekee wa kuzaliwa kwa bikira ambapo tunaona maana halisi ya tukio hili. Ni nyuma ya ukweli wa kuzaliwa kwa bikira ambapo tunaweza kuelewa maana yake ya kweli. Ni jambo la kushangaza kuona jinsi Qur'ani inavyokaribia kutambua maana hii, lakini mwishowe inashindwa kwa kuikana Yesu kama Mwana wa Mungu.

Biblia inafunua kwamba kuja kwa Yesu kama mwanadamu ni muhimu katika kutekeleza kusudi la Mungu la wokovu wa wanadamu. Hili lilikuwa moyo wa kusudi la Mungu la kimungu – kuwakomboa wanadamu waliokuwa wameanguka, ambao kwa asili yao ya dhambi walikuwa wameshikiliwa katika hali ya bure. (Tazama **Warumi 8:20**). Kwa hivyo, wokovu wa wanadamu – wokovu wako – unategemea sana kupata maarifa sahihi ya kusudi la kimungu nyuma ya kuzaliwa kwa kimiujiza kwa Yesu Kristo. Sasa wacha tuangalie ushahidi mwingine katika Qur'ani unaoonyesha upekee wa Yesu kama Mwana wa Mungu wa kiungu.

PEKEE NABII ANAYEITWA "NENO LA MUNGU"

Qur'ani inashuhudia wazi kwamba Yesu ni Neno la Mungu.

Surah 3:45: "Angalia! Malaika walimwambia: 'Ewe Mariamu! Mwenyezi Mungu anakupa habari njema ya Neno kutoka Kwake: jina lake ni Masihi Yesu, mwana wa Mariamu, mwenye heshima katika dunia na Akhera, na miongoni mwa wale waliokaribu na Mwenyezi Mungu.'" (Yusuf Ali)

Na

Surah 4:171: "Masihi, Yesu mwana wa Mariamu, si chochote ila ni Mtume wa Mwenyezi Mungu na Neno lake, alilolitupa kwa Mariamu, na Roho kutoka kwake." (H. S. Aziz)

Surah 3:45 inasema kwamba Mwenyezi Mungu alimpa Mariamu habari njema "ya Neno kutoka Kwake." Kwa Kiarabu, maneno yaliyotumika hapa ni **"kalimatim-minhu."** Maana yake ni: **kalmia** (Neno) **min** (kutoka) **hu** (Yeye). Ni muhimu sana kwa Waislamu kutambua kwamba Yesu Kristo ndiye Nabii pekee aliyeitwa "Neno kutoka kwa Mungu." Na katika **Surah 4:171,** Yesu anatajwa kama **"Neno lake."** Kwa maneno mengine, **"Neno la Mungu."** Karne nyingi kabla ya Qur'ani kuwepo, jina hili hili lilitolewa kwa Yesu katika Biblia Takatifu:

Yohana 1:14: "Naye Neno akafanyika mwili, akakaa kati yetu, nasi tukautazama utukufu wake, utukufu kama wa Mwana pekee kutoka kwa Baba, amejaa neema na kweli."

Ufunuo 19:13: "Jina lake anaitwa Neno la Mungu."

Lakini kwa nini Yesu anaitwa kipekee **"Neno la Mungu"?** Kwa kuzingatia kwamba Qur'ani inampa Yesu jina hili bila maelezo, ni katika Biblia ambapo tunapata maana ya mwisho ya neno hili. Biblia inafunua kwamba hata kabla ya Yesu kuja duniani, alijulikana kama **"Neno la Mungu"** wakati wa uwepo wake kabla ya kuwa mwanadamu mbinguni. (**Yohana 1:1**). Na baada ya kupaa mbinguni, jina hili la kipekee bado lilitumika kwake. (**Ufunuo 19:13**). Majina ya kibiblia mara nyingi huonyesha kazi au jukumu linalotekelezwa na mwenye jina hilo. Kwa mfano, Biblia inasema kwamba Mungu alimfanya Haruni kuwa mdomo wa Musa:

Kutoka 4:16: "Naye atasema kwa ajili yako na kwa watu; itakuwa kwamba atakutumikia kama mdomo wako, na wewe utamtumikia kama Mungu kwake."

Kama tunavyoona, hii inamaanisha kwamba Haruni alihudumu kama "mdomo" au "msemaji" wa Musa. Kwa namna hiyo hiyo, Yesu alihudumu kama **"Neno"** au **"Msemaji"** wa Mungu. Wakati Mungu alitaka kuwasiliana na wanadamu, alimchagua Yesu kama msemaji wake wa kimalaika. Mungu alimtumia Yesu kama **"Neno"** lake au **"Msemaji"** wake kuwasiliana na watumishi wake hapa duniani. Kwa hivyo, Yesu alihudumu kwa nafasi ya kipekee ya kuwa **"Neno"** au **"Msemaji"** wa Mungu. Alikuwa na bado ni msemaji maalum wa Mungu. Ndiyo sababu Yesu peke yake anaheshimiwa na jina hili la kipekee – jina ambalo halishirikishwi na nabii mwingine yeyote. Yesu ni mwasilishaji bora kabisa wa Yehova. Kama **"Neno"** au **"Msemaji"** wa Baba yake, Yesu alisema yafuatayo:

Yohana 12:49-50: "Kwa sababu mimi sijasema kwa hiari yangu mwenyewe, bali Baba aliyenituma amenipa amri ya kile ambacho niwaambie na cha kusema..., Kwa hiyo mambo ninenayo, kama vile Baba alivyoniamuru, ndivyo ninavyoyasema."

Maelezo kama **"Neno lake"** na **"Neno kutoka kwake"** ni ya kipekee katika Qur'ani. Hakuna nabii mwingine anayefafanuliwa kwa namna hii. Licha ya heshima inayoonekana kwa mtu wa Kristo, wanaapolojia wa Kiislamu mara nyingi humwona kwa siri kama mpinzani wa ukuu wa Muhammad. Kwa hivyo, haitushangazi wanapojaribu kupunguza au kupotosha maana ya kina ya majina ya Yesu Kristo. Fikiria, kwa mfano, jinsi wanazuoni wa Kiislamu wanavyotafsiri kwa upotoshaji jina la Yesu kama **"Neno kutoka kwa Mungu."** Tovuti moja ya Kiislamu inasema hivi:

"Wakati wowote Mungu anapoamua kufanya jambo, kama vile kutoa uhai au kusababisha kifo, husema neno 'Kuwa' na linatokea. Kwa kuwa Yesu alizaliwa bila baba, hakuumbwa kupitia manii ya mwanaume. Badala yake, kuumbwa kwake, sawa na Adam, kunahusishwa moja kwa moja na Neno la Mungu, 'Kuwa.' Mungu anasema: 'Kwa hakika mfano wa Yesu mbele ya Mungu ni kama mfano wa Adam; alimwumba kutoka mavumbi, kisha akamwambia, 'Kuwa,' naye akawa.''' (Qur'ani 3:59).

Kwa asili, Yesu ni **'Neno'** la Mungu kwa sababu alikuja kuwepo kwa Neno la Mungu – **'Kuwa.'**

Wanazuoni wengi wa Kiislamu pia hutoa maelezo yanayofanana. Ikiwa maelezo yao ni ya kweli, basi kwa nini Adam hajaitwa **"Neno la Mungu"?** Ikiwa jina la **"Neno la Mungu"** linapewa tu kwa sababu ya tamko la Allah la neno **"Kuwa,"** basi si ingefaa zaidi kwa Adam kupokea jina hili kwa kuwa ndiye mtu wa kwanza kuumbwa kwa njia hii? Qur'ani inataja watu wawili tu kwa jina ambao waliumbwa kwa njia hii. Watu wawili tu waliokuja kuwepo kwa tamko la neno **"Kuwa"** ni Adam na Yesu. Hata hivyo, Adam hajaitwa **"Neno la Mungu"** katika Qur'ani. Kama Yesu, Adam hakuwa na baba wa kibinadamu. Hata hivyo, haelezwi kamwe kama **"Neno la Mungu."** Wala malaika au viumbe wengine hawapewi jina hili la kipekee katika Qur'ani. Yesu peke yake ndiye anayeitwa **"Neno la Mungu."** Jina hili linamhusu Yesu peke yake.

Hii tabia ya kupotosha ukweli badala ya kuchunguza kwa uaminifu sababu za ukuu na matukio ya kimuujiza yanayomhusu Yesu inaweza tu kuwapotosha Waislamu. Kitendo cha kuficha kwa hila upekee wa Yesu Kristo na wanazuoni wa Kiislamu kinapaswa kuwa onyo kwa Waislamu waaminifu. Kinapaswa kuwafanya waamke na kutambua hatari za uongo wanaofundishwa. Kwa kweli, kumtii Yesu Kristo ni sharti muhimu kwa waabudu wa kweli wa Mungu. Hili limeelezwa wazi katika Qur'ani. Qur'ani inarekodi maagizo haya ya Yesu:

Surah 3:50: "Nimewajia kuthibitisha Torati iliyo kuwa kabla yangu. Na kuhalalisha kwenu baadhi ya yale mlio kuwa mmeharamishiwa; nami nimekujieni na Ishara itokayo kwa Mola wenu Mlezi. Basi mcheni Mwenyezi Mungu, na nitii mimi." (Yusuf Ali)

Na Biblia Takatifu inathibitisha ukweli huu:

Yohana 3:16-18: "Kwa maana jinsi hii Mungu aliupenda ulimwengu, hata akamtoa Mwana wake wa pekee, ili kila mtu amwaminiye asipotee, bali awe na uzima wa milele. Kwa maana Mungu hakumtuma Mwanawe ulimwenguni ili auhukumu ulimwengu, bali ulimwengu uokolewe kupitia yeye. Amwaminiye yeye hahukumiwi; asiyemwamini amekwisha kuhukumiwa, kwa sababu hakumwamini jina la Mwana wa pekee wa Mungu."

Sasa tutaendelea kujadili jina jingine la kipekee linalomtaja Yesu katika Qur'ani.

PEKEE NABII ANAYEFAFANULIWA KAMA "ROHO KUTOKA KWA MUNGU"

Katika Uislamu, Yesu anapewa jina la kipekee, **Ruhullah**, linalomaanisha "Roho wa Mungu."

Surah 4:171: “Masihi, Isa bin Maryamu, ni Mtume wa Mwenyezi Mungu, na neno Lake alilomtupia Maryamu, na roho kutoka Kwake.” (H. S. Aziz)

Katika **Surah 4:171**, Yesu anaelezewa kama **ruhun-minhu**, linalomaanisha “roho kutoka Kwake.” Hii inathibitisha kuwa Qur’ani inamfafanua Yesu kama Roho kutoka kwa Mungu. Yesu akiwa wa kipekee, hakuna binadamu mwingine yeyote, hata Muhammad, anayefafanuliwa kwa njia hii. Kwa mara nyingine tena, hakuna juhudi inayofanywa katika Qur’ani kuelezea umuhimu wa jina hili la kipekee la Yesu. Inashangaza kuona jinsi aya hii inavyounga mkono imani ya Kikristo kuwa Yesu alikuwepo kabla ya maisha yake ya kibinadamu, akiwa “Roho” ambaye baadaye alichukua umbo la kibinadamu alipokuja duniani.

Qur’ani inamtambulisha Yesu kama “Roho kutoka kwa Mungu” ambaye “alitupwa kwa Maryamu.” Hii inathibitisha kuwa Yesu alikuwa pamoja na Mungu kabla ya kutungwa mimba na Maryamu. Hili ni pengo kubwa la kukubali, katika Qur’ani, kwamba Yesu alikuwepo kabla ya maisha ya kibinadamu hapa duniani. Ukosefu wa ufafanuzi wa maana ya hadhi hii ya kipekee ya Yesu katika Qur’ani unaonyesha kuwa Muhammad hakuwa na ufahamu wa umuhimu wake. Alishindwa kutambua kwamba sifa hizi za ajabu za Yesu zinathibitisha ukweli kuwa alikuwa zaidi ya nabii. Tofauti na manabii, Yesu ni **Mwana wa kipekee wa Mungu**. Naam! Mwana wa Mungu ambaye alikuwepo kama “Roho” mbinguni kabla ya kuja duniani kama mwanadamu.

Biblia, bila utata wowote, inathibitisha ukweli huu wa kimungu. Inashuhudia kuwa Yesu alihamishwa kutoka ulimwengu wa roho na "akawa katika mfano wa wanadamu."

Wafilipi 2:5-8: "Muwe na nia hii ndani yenu ambayo ilikuwa pia katika Kristo Yesu, ambaye, ingawa alikuwa akiishi katika umbo la Mungu, hakufikiria kuwa sawa na Mungu kama jambo la kunyakua. Hapana, bali alijinyenyekeza na akachukua mfano wa mtumwa na akawa katika umbo la wanadamu. Zaidi ya hayo, alipokutwa akiwa na sura ya mwanadamu, alijinyenyekeza na akawa mtiifu hata kufa, naam, kufa msalabani."

Na pia:

Yohana 16:28: "Nilitoka kwa Baba na nimekuja ulimwenguni. Tena, naiacha dunia na kurudi kwa Baba."

Kama tulivyobainisha, Yesu Kristo anatambulishwa kama "Neno la Mungu" na "Roho kutoka kwa Mungu" katika Qur'ani. Kwa kuwa hakuna nabii mwingine yeyote aliyeitwa au anayeweza kuitwa kwa majina kama haya, basi hii inathibitisha kwamba Yesu ni zaidi ya nabii. Majina haya yanafaa tu kwa yule ambaye ni **Mwana wa kipekee wa Mungu**. Hivyo basi, Waislamu wanalazimika kukubali kwamba majina haya ya kipekee yanayotolewa kwa Yesu yanampandisha hadhi yake kuwa ya juu sana – hadi mbinguni kabisa. Na hii inatoa sababu ya wazi kwa nini alichukuliwa juu mbinguni baada ya kifo chake hapa duniani.

Kinyume chake, hadhi ya Muhammad, akiwa si zaidi ya nabii wa Allah, inafafanua kwa nini alirudi mavumbini ambako alitoka.

NABII WA PEKEE ANAYEITWA "TAKATIFU" KATIKA QUR'ANI

Biblia Takatifu inarekodi tangazo la kipekee la malaika kuhusu kuzaliwa kwa Yesu kwa Maria:

Luka 1:35: Malaika akamwambia: *"Roho Mtakatifu atakujilia juu yako, na nguvu zake Aliye Juu zitakufunika kama kivuli. Kwa sababu hiyo, yule atakayezaliwa ataitwa mtakatifu, Mwana wa Mungu."*

Na Qur'ani inathibitisha ukweli wa tangazo hili la malaika:

Surah 19:19: *"Akasema: Mimi ni mjumbe wa Mola wako tu, ili nikutangazie habari njema ya mwana mtakatifu."* (Yusuf Ali)
"Akasema: Mimi ni mjumbe wa Mola wako tu, ili nikukirimie mwana asiye na kosa." (Pickthall)

Neno la Kiarabu "**zakiyya**" linalomaanisha *"asiye na kosa"* linadokeza kwamba Yesu alikuwa hana dhambi kabisa. Kati ya wanadamu wote, Yesu Kristo ndiye pekee anayetajwa kuwa asiye na dhambi au mkamilifu, katika Qur'ani na Biblia.

Wakati Yesu anatajwa kwa dhahiri kuwa mtakatifu katika maandiko yote mawili, hakuna nabii mwingine aliyewahi kuelezewa hivyo – hata Muhammad. Wakati Qur'ani na Biblia zote zinathibitisha hali ya dhambi ya manabii wengine wote, maandiko haya mawili yanatufikisha kwenye hitimisho thabiti kwamba Yesu pekee ndiye asiye na dhambi. Katika aya ya Qur'ani hapo juu, utakatifu wa Yesu unaonyeshwa kama sababu ya kuzaliwa kwake kwa njia ya kipekee. Hii inamaanisha kuwa mwanadamu hawezi kuzaliwa kutoka kwa bikira isipokuwa awe asiye na dhambi. Kwa hiyo, kwa kuwa

Yesu Kristo ndiye mwanadamu wa pekee kuzaliwa kwa njia hiyo, hii inathibitisha kwamba lazima pia awe ndiye mwanadamu pekee asiye na dhambi aliyewahi kuishi.

Kwa kuwa alitoka kwa Mungu na si kwa mbegu ya mwanadamu, maisha ya Yesu hayakuguswa na athari za dhambi. Kinyume na madai ya Waislamu kwamba manabii wote ni wasio na dhambi, ni dhahiri kutoka katika Qur'ani yenyewe kwamba hata manabii wakuu waliomba msamaha wa Mungu. Tofauti na Yesu, wao pia, kama wanadamu wengine wote, walizaliwa kutoka kwa mbegu ya Adamu.

Waislamu wanapaswa kutafakari kwa makini juu ya kukiri huku katika Qur'ani kwamba hata manabii wakuu walikosa mbele za Mungu na walihitaji msamaha wake. Hebu tuangalie mifano fulani kutoka Qur'ani:

- **ADAMU:**
  Surah 7:23: *"Wote wawili walilia, 'Mola wetu, tumekosa nafsi zetu! Sasa, usipotusamehe na kutuhurumia, hakika tutakuwa miongoni mwa waliopotea.'"* (Munir Munshey)
- **IBRAHIMU:**
  Surah 26:82: *"Yeye ndiye ninayetarajia anisamehe dhambi zangu Siku ya Hukumu."* (Muhammad Sarwar)
- **MUSA:**
  Surah 28:16: *"Akaomba, 'Nisamehe Mola wangu, kwa maana nimekosa nafsi yangu.' Mungu alimsamehe; kwa maana Yeye ni Mwingi wa Kusamehe, Mwenye Rehema."* (W. Khan)
- **DAUDI:**
  Surah 38:24: *"Na Daudi alijua kwamba tumemjaribu; akaomba msamaha kwa Mola wake, akajitupa chini kwa kusujudu, na akatubu kwa Mungu."* (Yusuf Ali)

- **SULEIMAN:**
  Surah 38:35: *"Akasema, 'Ee Mola wangu! Nisamehe.'"* (Yusuf Ali)
- **YUNUSI:**
  Surah 37:142-144: *"Kisha Samaki mkubwa akammeza, naye alikuwa amefanya matendo yanayostahili lawama. Isingekuwa kwamba alitubu na kumtukuza Mungu, hakika angebaki ndani ya samaki huyo."* (Yusuf Ali)

Qur'ani pia inashuhudia kwamba hata Muhammad alikuwa mwenye dhambi na alihitaji msamaha wa Mungu:

- **MUHAMMAD:**
  Surah 48:1-2: *"Hakika tumekupa (Ewe Muhammad) ushindi mkubwa, ili Allah akusamehe dhambi zako za kabla na zijazo."* (Pickthall)
  Surah 47:19: *"Basi jua (Ewe Muhammad) kwamba hakuna Mungu ila Allah, na uombe msamaha kwa dhambi zako na kwa wanaume waumini na wanawake waumini."* (Pickthall)

Hii inaonyesha wazi kwamba kama wanadamu wengine, hata Muhammad alihitaji msamaha wa Mungu. Wanadamu wote, manabii au la, ni wenye dhambi. Miaka mingi kabla Qur'ani kuandikwa, Biblia Takatifu ilishuhudia ukweli huu usiopingika:

Warumi 3:23: *"Kwa maana wote wamefanya dhambi na kupungukiwa na utukufu wa Mungu."*

MWENYE PEKEE – YESU KRISTO

1 Petro 2:22: *"Yeye (Yesu) hakutenda dhambi, wala udanganyifu haukupatikana kinywani mwake."*

Kuhusu Yesu, Kitabu cha Waebrania kinasema:

Waebrania 4:15: *"Kwa maana hatuna kuhani mkuu ambaye hawezi kuhurumia udhaifu wetu, bali mmoja aliyefanyiwa majaribu katika kila njia, kama sisi, lakini pasipo dhambi."*

Kama tulivyoona, Uislamu pia unakiri kwamba Yesu alikuwa hana dhambi. Mbali na Qur'ani, Hadithi pia inaelezea usafi wa Yesu. Hadithi inasema kwamba hakuguswa na Shetani. Na Muhammad mwenyewe aliamini kuwa hili ni kweli.

Sahih Muslim, Juzuu ya 4, uk. 1261:

Abu Huraira ameripoti kwamba Mtume wa Allah (saw) alisema: *"Shetani humgusa kila mwana wa Adamu siku mama yake anapomzaa, isipokuwa Maryam na mwanawe."*

Angalia kwa makini, Hadithi hii inasema kwamba *"Shetani humgusa kila mwana wa Adamu siku mama yake anapomzaa."* Kwa hiyo, inaonyesha kwamba mada kuu ya Hadithi hii ni Yesu, si Maryam. Kwa nini basi Maryam pia anatajwa kuwa alikingwa na Shetani? Ni kwa sababu ya mtoto aliyekuwa anambeba tumboni mwake. Ni Yesu pekee anayetajwa kama *"mwana mtakatifu"* katika Qur'ani. Hakuna mahali katika Qur'ani panaposema kwamba Maryam ni *"mama mtakatifu"* wa Yesu. Wala hajatambulishwa katika Qur'ani kama *"binti mtakatifu."* Hata hivyo, kwa kuwa alipewa nafasi ya kipekee ya kuwa chombo cha Mungu kumleta Mwana wake duniani kama mwanadamu, ilihitajika pia Maryam alindwe. Ni kwa sababu hii pekee, Maryam alikingwa wakati wa kumzaa Yesu. Ili kumlinda *"mwana mtakatifu,"* Maryam alihitaji kulindwa.

Ndiyo! Yesu Kristo hakutenda dhambi. Mtu wa aina gani anaweza kuwa, ambaye hajawahi kutenda dhambi? Hakuna aya hata moja katika Qur'ani au Biblia inayosema kwamba Yesu aliomba msamaha wa dhambi zake kwa Mungu. Sababu ya hili ni wazi kabisa. Ni kwa sababu Yesu ni Mwana wa Mungu. Kwa hiyo, alikuwa asiye na dhambi, Mtakatifu, na Safi. Alikuwa mwanadamu wa pekee aliyekuja kutoka ulimwengu wa juu. Hii ndiyo sababu Qur'ani inamtambua Yesu kama *"Roho kutoka kwa Mungu."* Na Yesu mwenyewe alishuhudia ukweli huu katika aya ifuatayo ya Biblia:

Yohana 8:23: *"Basi akaendelea kuwaambia: 'Ninyi mmetoka katika viwango vya chini; mimi nimetoka katika viwango vya juu. Ninyi ni wa ulimwengu huu; mimi si wa ulimwengu huu.'"*

Kwa nini Yesu ndiye mwanadamu pekee asiye na dhambi miongoni mwa wanadamu? Qur'ani inakiri usafi wake lakini haitoi sababu ya hilo. Kusema kwamba Yesu alikuwa nabii wa Mungu hakujibu swali. Ikiwa dai hili ni kweli, basi kwa nini manabii wengine hawakutajwa kuwa wasio na dhambi vilevile? Kwa kweli, baadhi yao, akiwemo Muhammad, wameonyeshwa kuwa ni wenye dhambi. Lakini tunapaswa kuuliza tena, *"Kwa nini Yesu ndiye pekee miongoni mwa wanadamu ambaye hana dhambi?"*

Ni kwa kutambua hadhi ya kipekee ya Yesu kama Mwana wa Mungu, Waislamu wanaweza kuelewa sababu ya Qur'ani na Biblia kumzungumzia Yesu kama pekee asiye na dhambi.

Waislamu wanapaswa pia kuelewa umuhimu kamili wa nafasi yake katika kusudi la Mungu. Wanapaswa kujiuliza: *"Kwa nini sifa hizi za kipekee zote zimetolewa kwa mtu mmoja na si mwingine yeyote?"* Ni muhimu pia kwa Waislamu kutambua kwamba sifa hizi za kipekee za Yesu zinathibitisha kwa nguvu imani ya Kikristo kwamba yeye ni Mwana wa Mungu. Sifa hizi za kipekee ni muhimu sana katika kutetea nafasi ya Kikristo kuhusu Uwana wa Yesu Kristo. Kwa hivyo, imani ya Kikristo inategemea ushahidi wa kweli na si hisia.

SWALI LINALOWAKABILI WAISLAMU WOTE

Injili ya Mathayo imerekodi tukio lililotokea takriban siku mbili kabla ya kifo cha Yesu. Yesu alikuwa akijadiliana kwa muda mrefu na viongozi wa kidini wa Kiyahudi. Awali, Mafarisayo na kisha Masadukayo walijaribu kumtega kwa maneno yake. Mwishoni mwa siku, walipokuwa wamechoka na juhudi zao zimeshindikana, Yesu aliwauliza swali. Hili lilikuwa mara ya mwisho yeye kujadiliana nao. Yesu aliwauliza Mafarisayo:

Mathayo 22:42: *"Mwaonaje habari za Kristo? Ni mwana wa nani?"*

Walijibu haraka, *"Mwana wa Daudi."* Yesu akawajibu:

Mathayo 22:43-46: *"Imekuwaje basi Daudi kwa uweza wa Roho kumwita Bwana, akisema, 'Bwana alimwambia Bwana wangu, Keti mkono wangu wa kuume, Hata niwaweke adui zako chini ya miguu yako'? Basi, ikiwa Daudi amemwita Bwana, amekuwaje mwanawe?" Wala hakuna mtu aliyeweza kumjibu neno; wala mtu ye yote hakuthubutu kumwuliza neno tangu siku ile tena.*

Yesu alikuwa akinukuu kutoka katika Kitabu cha Zaburi:

Zaburi 110:1: *"Bwana alimwambia Bwana wangu, Keti mkono wangu wa kuume, Hata niwaweke adui zako chini ya miguu yako."*

Kwa kutumia Zaburi, Yesu aliwaonyesha kwamba kwa kuwa Daudi alimwita Masihi "Bwana," inawezekanaje basi Masihi awe mwana wa Daudi? Swali hili muhimu kutoka kwa Yesu lilikomesha mijadala yote kati yake na viongozi wa Kiyahudi.

"Mwaonaje habari za Masihi? Ni mwana wa nani?" lilikuwa swali la mwisho na la msingi alilowaachia viongozi wa kidini wa Kiyahudi. Kwa hili, Yesu alimaliza kabisa mijadala yake ya hadharani nao.

Sasa Waislamu, mwaonaje habari za Masihi? Ni mwana wa nani?

Qur'ani inamtambulisha Yesu Kristo kama *"Masihi."*

Surah 3:45: *"Na kumbukeni waliposema Malaika: 'Ewe Maryamu! Hakika Mwenyezi Mungu anakupa habari njema kwa neno litokalo kwake, jina lake ni Masihi Isa mwana wa Maryamu, mwenye heshima duniani na Akhera, na miongoni mwa waliokaribishwa (kwa Mwenyezi Mungu)."* (Pickthall)

Waislamu, mwaonaje habari za "Masihi"? Ni mwana wa nani? Swali hili linalowakabili kila mmoja wenu linahusiana na wokovu wenu wa milele. Kujua Yesu ni nani hasa ni jambo la muhimu kwa wokovu wenu.

1 Yohana 4:9: *"Katika hili upendo wa Mungu ulidhihirishwa kwetu, kwamba Mungu alimtuma Mwana wake wa pekee ulimwenguni ili tupate uzima kwa njia yake."*

Kwa Waislamu ambao wanashikilia msimamo kwamba Wakristo wako kwenye makosa kuhusu kumwelewa Yesu kama Mwana wa Mungu, inawapasa kutafakari aya ifuatayo kutoka katika Qur'ani. Tafsiri mbili za aya hii zinatolewa hapa:

Surah 3:55:

"Na kumbuka Mwenyezi Mungu aliposema: 'Ewe Isa! Nitakufisha na kukuinua kwangu, na nitakutakasa na wale waliokufuru na kuwafanya wale walio kufuata kuwa juu ya wale waliokufuru mpaka Siku ya Kiyama.'" (Maulana Ali)

"Nitawafanya wale wanaokufuata kuwa juu ya wale waliokufuru mpaka Siku ya Kiyama." (Yusuf Ali)

Wafuasi wa Yesu ni Wakristo. Kwa mujibu wa aya hii ya Qur'ani, Wakristo watafanywa *"juu"* ya wale wanaokufuru *"mpaka Siku ya Kiyama."* Hii inathibitisha kwamba Wakristo ni waumini wa kweli kwa mujibu wa Qur'ani. Je, unaweza kuwaza Wakristo wakihukumiwa kuwa waumini wa kweli *"mpaka Siku ya Kiyama"* na Mwenyezi Mungu mwenyewe wakati Waislamu wanaamini kuwa Wakristo wako kwenye makosa kuhusu Yesu kama Mwana wa Mungu?

Yohana 14:6: Yesu alisema: *"Mimi ndimi njia, na kweli, na uzima. Mtu haji kwa Baba ila kwa njia ya mimi."*

Na Qur'ani inakubaliana. Waislamu wanapaswa *"kumfuata"* Yesu Kristo ili kuwa kwenye *"njia iliyonyooka"* inayoelekea kwa Mungu. Qur'ani inashuhudia ukweli huu usiopingika:

Surah 43:63-64:

"Na alipoleta Isa hoja zilizo wazi alisema: 'Nimekujieni na hekima na kufafanua baadhi ya yale mliyokuwa mkikhitalifiana. Basi mcheni Mwenyezi Mungu na mniitii mimi. Hakika Mwenyezi Mungu ni Mola wangu na Mola

wenu. Basi muabuduni Yeye. Hii ndiyo njia iliyonyooka.'" (Bilal Muhammad)

Na mwaliko ambao Yesu aliutoa mwanzoni mwa huduma yake karne nyingi zilizopita bado upo wazi kwa Waislamu leo:

Yohana 1:43: *"Uwe mfuasi wangu."*

SEHEMU YA 07

YESU KRISTO NI WA PEKEE KULIKO MUHAMMADI KWA KUZINGATIA QUR'ANI NA BIBLIA

Qur'ani inasema kuwa walio hai na maiti hawalingani:

(وَمَا يَسْتَوِي الْأَحْيَاءُ وَلَا الْأَمْوَاتُ ۚ إِنَّ اللَّهَ يُسْمِعُ مَن يَشَاءُ ۖ وَمَا أَنتَ بِمُسْمِعٍ مَّن فِي الْقُبُورِ)

Surah Faatir (35:22): *"Wala hawalingani walio hai na maiti. Hakika Mwenyezi Mungu humsikilizisha amtakaye. Wala wewe si wa kuwasikilizisha walio makaburini."*

Aya hii inatufundisha kuwa walio hai hawawezi kufanana na maiti, na pia inathibitisha kuwa uwezo wa kuwasikilizisha waliokufa ni wa Mungu peke yake.

Yesu Kristo Yupo Hai:

Biblia inathibitisha kuwa Yesu yupo hai milele. Katika Ufunuo tunasoma:

Ufunuo 1:17-18:

"Nami nilipomwona, nalianguka miguuni pake kama mtu aliyekufa. Akaweka mkono wake wa kuume juu yangu, akisema, Usiogope, Mimi ni wa kwanza na wa mwisho, na aliye hai; nami nalikuwa nimekufa, na tazama, ni hai hata milele na milele. Nami ninazo funguo za mauti, na za kuzimu."

Muhammadi Amekufa:

Kwa mujibu wa Qur'ani, Muhammadi alikufa kama wanadamu wengine:

(قُلْ تَرَبَّصُوا فَإِنِّي مَعَكُم مِّنَ الْمُتَرَبِّصِينَ)

Surah At-Tur (52:31):

Sema: 'Ngojeni na mimi pia ni pamoja nanyi katika wanaongojea.'
Hii inathibitisha kuwa Muhammad alikufa na hakuweza kudhibiti mauti.

Yesu Anaweza Kuwasikilizisha Waliomo Makaburini:

Yesu aliwathibitishia watu uwezo wake wa kiungu kwa kumfufua Lazaro, ambaye alikuwa amekufa kwa siku nne: **Yohana 11:43-44:**

Naye akiisha kusema hayo, akalia kwa sauti kuu, 'Lazaro, njoo huku nje.' Akatoka nje yule aliyekufa, amefungwa sanda miguuni na mikononi, na uso wake amefungwa leso. Naye Yesu akawaambia, 'Mfungueni, mkamwache aende zake.'

Muhammadi Hakuweza Kuwasikilizisha Waliomo Makaburini:

Qur'ani inasema wazi kuwa Muhammad hana uwezo wa kuwasikilizisha waliomo makaburini:

(وَمَا يَسْتَوِي الْأَحْيَاءُ وَلَا الْأَمْوَاتُ ۚ إِنَّ اللَّهَ يُسْمِعُ مَن يَشَاءُ ۖ وَمَا أَنتَ بِمُسْمِعٍ مَّن فِي الْقُبُورِ)

Surah Faatir (35:22):

"Wala hawalingani walio hai na maiti. Hakika Mwenyezi Mungu humsikilizisha amtakaye. Wala wewe si wa kuwasikilizisha walio makaburini."

Swali la Kufikirisha kwa Waislamu:

Ajabu ni kwamba leo Waislamu husoma maneno kwa maiti wakisema,
"Abdallah tukiondoka hapa, watakuja malaika na kukuuliza: 'Mola wako ni nani?' Sema, 'Mola wangu ni Allah.' 'Nabii wako ni nani?' Sema, 'Nabii wangu ni Muhammadi.'"

Ikiwa Qur'ani inathibitisha kuwa hata Muhammadi mwenyewe hakuwa na uwezo wa kuwasikilizisha waliomo makaburini, Waislamu wanatoa wapi mamlaka ya kudai kuwa wao wana uwezo huo?

Hili ni somo la kutafakari kwa dhati.

UUNGU WA YESU KRISTO NA NENO ALIKUWA MUNGU

Je, unamwabudu yule ambaye si Mungu, au haumwabudu Mungu mwenyewe?

MUNGU NA MWANAWE KATIKA KITI CHA ENZI

Siku ile mbinguni, je, utamwabudu Yesu Kristo kama Mungu?

Katika **Ufunuo 4:2**, tunasoma kuhusu kiti cha enzi kilicho mbinguni na mmoja aliyeketi juu yake. Kukizunguka kiti hicho cha ajabu, kuna wazee 24 walioketi kwenye viti vyao vya enzi. Katikati na kuzunguka kiti hicho pia kuna viumbe hai wanne ambao hawapumziki wakitoa utukufu, heshima, na shukrani kwa yule aliyeketi kwenye kiti cha enzi akisema: **"Mtakatifu, Mtakatifu, Mtakatifu, Bwana Mungu Mwenyezi, aliyekuwako, aliyeko, na ajaye."** (Ufunuo 4:8)

Wakati viumbe hao wanatoa utukufu, wazee 24 huanguka chini na kumwabudu Yeye aliyeketi juu ya kiti cha enzi, wakisema:
"Umestahili, Bwana wetu na Mungu wetu, kupokea utukufu, heshima na uweza; kwa kuwa wewe ndiwe

uliyeviumba vitu vyote, na kwa sababu ya mapenzi yako vilikuwako na vikaumbwa." (Ufunuo 4:11)

Hapa tunaona kuwa Yeye aliyeketi kwenye kiti cha enzi ndiye **Bwana Mungu Mwenyezi**. Yeye huitwa **"Aliyekuwako, aliyeko, na ajaye."** Wote wanamwabudu na kumpa utukufu wa kipekee!

MWANA-KONDOO ANAYESTAHILI KUABUDIWA

Katika **Ufunuo 5**, tunaona tukio jingine la ajabu. Yule aliyeketi kwenye kiti cha enzi ana kitabu mikononi mwake. Hakuna mwingine mbinguni au duniani aliyekuwa na uwezo wa kukifungua kitabu hicho isipokuwa **Mwanakondoo kana kwamba amechinjwa**. Mwanakondoo huyo, ambaye ni Yesu Kristo, anatoka katikati ya kiti cha enzi, anakichukua kitabu kutoka kwenye mkono wa Yeye aliyeketi juu ya kiti cha enzi.

Baada ya hayo, wale viumbe hai wanne na wazee 24 wanaanguka chini mbele ya Mwanakondoo, wakimwabudu kama walivyofanya kwa Mungu katika sura ya nne. Wanaimba wimbo mpya wakisema:

"Astahili wewe kukichukua kitabu na kufungua muhuri zake, kwa kuwa ulichinjwa, ukamnunulia Mungu kwa damu yako watu wa kila kabila, lugha, jamaa na taifa." (Ufunuo 5:9)

Kisha Yohana alisikia sauti za malaika wengi, wazee, na viumbe hai wanne wakisema kwa sauti kuu:

"Astahili Mwanakondoo, aliyechinjwa, kupokea uweza, utajiri, hekima, nguvu, heshima, utukufu, na baraka." (Ufunuo 5:12)

UTUKUFU WA MUNGU NA MWANAWE MBINGUNI

Katika sura ya nne, mbingu inamtukuza Mungu Baba akisema:
"Umestahili kupokea utukufu, heshima, na uweza."

Katika sura ya tano, mbingu yote inamtukuza Yesu Kristo, Mwanakondoo wa Mungu, wakisema:

"Astahili kupokea uweza, utajiri, hekima, nguvu, heshima, utukufu, na baraka."

Hii inaonyesha kuwa utukufu na heshima inayotolewa kwa Mungu Baba inatolewa pia kwa Yesu Kristo, Mwanakondoo wa Mungu. Katika **Wafilipi 2:9-10**, tunasoma:

"Kwa hiyo, Mungu alimwadhimisha sana na kumpa jina lililo juu ya kila jina, ili kwamba kwa jina la Yesu, kila goti lipigwe, mbinguni, duniani, na chini ya dunia."

YESU NI MUNGU WA KWELI

Hii mandhari ya mbinguni inaonyesha wazi kwamba Yesu Kristo anashiriki utukufu na Mungu Baba. Mbingu yote inamwabudu Mungu na Mwanawe. Kwa hiyo, je, wewe utamwabudu Yesu Kristo kama Mungu?

Katika Yesu Kristo, tuna wokovu na tumaini la milele. Hii ni kweli ya kiroho inayostahili kufikiriwa na kuaminiwa. **Amina!**

Hakika, ukweli huu umeonyeshwa kwa uwazi kabisa katika **Ufunuo sura ya 5, mistari ya 13 na 14**, ambapo viumbe vyote, bila kujali mahali walipo, wanaungana kwa pamoja kumwabudu na kumsifu Mungu Baba na Mwanakondoo, Yesu Kristo. Kama vile ambavyo viumbe vinavyomwabudu Mungu Baba, ndivyo pia vinavyomwabudu Mwana wa Mungu. Heshima na utukufu wanaotoa kwa Baba, hutolewa pia kwa Mwana bila tofauti yoyote! Baba na Mwana hushiriki kwa pamoja sifa, utukufu, na ibada inayotolewa mbinguni.

"Na kila kiumbe kilichoko mbinguni, juu ya nchi, chini ya nchi, na juu ya bahari, na vitu vyote vilivyomo ndani yake, nalivisikia vikisema, Baraka na heshima na utukufu na uweza una yeye aketiye juu ya kiti cha enzi, na yeye Mwana-Kondoo, hata milele na milele. Na wale wenye uhai wanne wakasema, Amina. Na wale wazee wakaanguka, wakasujudu." *(Ufunuo 5:13-14)*

Na sasa wewe!

Je, unasita kumwabudu Yesu Kristo, Mwanakondoo wa Mungu, anayeketi katika kiti cha enzi pamoja na Baba yake? Je, unajiuliza iwapo ni sahihi kumwabudu Yesu Kristo? Au labda, unamwabudu mwingine ambaye si Mungu wa kweli? Kufanya hivyo ni sawa na kuabudu sanamu! Je, unasita kumpa heshima Mwana sawa na ile unayompa Baba? Je, unajitenga na ibada ya mbinguni ambapo viumbe vyote vinampa heshima na utukufu Baba na Mwana?

Hebu jiulize, hujasikia kwamba:

"Watu wote wamheshimu Mwana kama vile wanavyomheshimu Baba. Asiyemheshimu Mwana hamheshimu Baba aliyempeleka." *(Yohana 5:23)*

Yeyote asiyemheshimu Mwana kwa namna ile anavyopaswa kumheshimu Baba, basi hana heshima yoyote kwa Baba wala kwa Mwana. Hii ni kweli isiyopingika ya Neno la Mungu.

Na kwa wale wanaopinga Uungu wa Yesu Kristo...

Wale ambao hutumia maisha yao hapa duniani kujaribu kuthibitisha kwamba Yesu si Mungu, watakabiliana na hali gani mbele ya mkutano mkuu wa mbinguni? Je, watasimama mbele ya kiti cha enzi na kupinga kwa kusema, "Msimsujudie, kwa kuwa yeye si Mungu"? Je, wataendelea kushikilia mawazo na mantiki zao za kibinadamu mbele ya Mwanakondoo ambaye mbingu yote inamwabudu?

Jibu ni dhahiri: **Hakuna hoja ya kibinadamu itakayoweza kusimama mbele ya utukufu wa Yesu Kristo, Mwana wa Mungu, anayeketi kwenye kiti cha enzi pamoja na Baba.** Acha ulimwengu mzima pamoja na viumbe wote wakubali ukweli huu wa kiungu na kushiriki katika heshima na ibada kwa Baba na Mwana. **Amina!**

WOTE WANAMWABUDU YESU KRISTO

Wakati Yesu Kristo alikuja ulimwenguni, malaika wote walimwabudu:
"Hata tena amletapo mzaliwa wa kwanza ulimwenguni, anasema, 'Na wamsujudie malaika wote wa Mungu.'" *(Waebrania 1:6)*

Wale wenye hekima kutoka mashariki walikuja na kumsujudia:
"Wakaingia nyumbani wakamwona mtoto pamoja na Mariamu mamaye, wakanguka wakamsujudia." *(Mathayo 2:11)*

Watu walimwabudu Yesu naye hakuwakataza:
"Na tazama, mtu mwenye ukoma alimjia akamwabudu akisema, 'Bwana, ikiwa wataka, waweza kunitakasa.'... Akamjia mtawala mmoja akamsujudia... Na yule aliyeponywa akamwambia, 'Bwana, naamini.' Naye akamwabudu." *(Mathayo 8:2; 9:18; Yohana 9:38)*

Wanafunzi wake walimwabudu Yesu na hakuwasahihisha:
"Wakakaribia wakamshika miguu wakamwabudu... Na wakamwabudu na wakarejea Yerusalemu wakiwa na furaha kuu." *(Mathayo 28:9; Luka 24:52)*

Mbingu na dunia wanamwabudu Yesu Kristo, Mwana wa Mungu!

Je, unaweza kumwabudu yeyote ambaye si Mungu? Shetani alijaribu kumpatia Yesu falme zote za dunia ili Yesu amsujudie. Lakini Yesu alimjibu:

"Rudi nyuma yangu, Shetani, kwa maana imeandikwa, 'Utamwabudu Bwana Mungu wako, naye pekee ndiye utakayemtumikia.'" *(Mathayo 4:10)*

Ni kweli kabisa, Mungu peke yake ndiye anayestahili kuabudiwa. Amri ya kwanza ambayo Mungu aliwapa wana wa Israeli ilikuwa wazi:

"Mimi ni Bwana Mungu wako... Usiwe na miungu mingine ila mimi. Usijifanyie sanamu... Usivisujudie wala kuvitumikia; kwa kuwa mimi, Bwana Mungu wako." *(Kutoka 20:2-5)*

Tunaona katika Ufunuo kuwa viumbe vyote, wakiwemo wale wenye uhai wanne na wazee 24, wanamwabudu Mwanakondoo wa Mungu bila kukemewa wala kusahihishwa! Hata mtume Thomaso alimwita Yesu "Bwana wangu na Mungu wangu," naye Yesu hakumsahihisha, bali alimsifu wale wanaoamini bila kuona:

"Thomaso akajibu, 'Bwana wangu na Mungu wangu.' Yesu akamwambia, 'Kwa kuwa umeniona, umesadiki. Wenye heri ni wale wasioona wakasadiki.'" *(Yohana 20:28-29)*

Thomaso hakukosea alipomwita Yesu Mungu, bali alionesha ufunuo wa kweli wa moyo wake. Yesu alithibitisha kuwa imani hiyo ni sahihi.

Je, wewe unamwabudu Yesu Kristo?

Wakati nikijadili uungu wa Kristo na mtu aliyedai kuwa Mkristo lakini akakataa kwamba Yesu ni Mungu, nilimuuliza swali rahisi: "Je, unamwabudu Yesu Kristo?" Alisita kujibu. Kwa nini mtu anayesema kuwa ameokolewa na Yesu awe na kigugumizi kumkiri Mwokozi wake? Hatimaye alijibu kwa kusita, "Ndiyo, ninamwabudu," lakini hakusema kwa furaha wala shukrani.

Yesu Kristo Anapokea Heshima Sawasawa na Baba

Tumeona kuwa viumbe vyote wanampa utukufu Mwana kama wanavyompa Baba. Umoja huu haushangazi kwa sababu Mwana hushiriki majina, vyeo, na utukufu wa Mungu. **"Yeye aliyeniona mimi amemwona Baba."** *(Yohana 14:9)* **"Mungu alikuwa ndani ya Kristo, akiupatanisha ulimwengu naye."** *(2 Wakorintho 5:19)*

Yesu Kristo ni wa kipekee, wa kuabudiwa, na Mwana wa Mungu wa milele. Amina!

ALFA NA OMEGA, MWANZO NA MWISHO

Katika kitabu cha Ufunuo, tunaanza kwa kujulishwa kwamba huu ni ufunuo wa Mungu mwenyewe, ambao alimkabidhi Yesu Kristo ili apate kuuonyesha kwa watumishi wake. Hii inamaanisha kwamba Kristo hapa ndiye anayewasilisha ufunuo huu kwa wafuasi wake, ambao Mungu alimpa. Baada ya utangulizi wa sura ya kwanza, mistari ya 5 hadi 7 inaeleza juu ya Yesu, kazi yake kwa watakatifu, na ahadi ya kurudi kwake mara ya pili.

Mstari wa 8 unaendelea kusema:

"Mimi ni Alfa na Omega, mwanzo na mwisho, asema Bwana Mungu, aliyeko, aliyekuwako, na atakayekuja, Mwenyezi."

Kwa kuzingatia muktadha wa mistari inayotangulia, inaonekana wazi kuwa maneno haya yanatoka kwa Yesu Kristo. Aidha, kwa kuangalia kile kinachofuata, ni dhahiri kwamba anayezungumza ni Kristo, kwani Yohana alipogeuka ili kuona sauti iliyokuwa ikizungumza naye, alimwona Yesu Kristo mwenyewe (Ufunuo 1:12-18).

Katika mstari wa 8, Yesu anatamka kuwa yeye ni **"Bwana Mungu, aliyeko, aliyekuwako, na atakayekuja, Mwenyezi."** Tafsiri za kisasa za Kiswahili, kama vile SUV, zinaonyesha neno "Mungu" likijumuishwa katika maelezo haya. Ikiwa tafsiri hii inahusisha neno hilo, basi ni dhahiri kuwa Yesu Kristo anajitangaza kuwa Bwana Mungu Mwenyezi. Hii ni mojawapo ya ushuhuda mkubwa wa Uungu wa Kristo.

Hata kama neno "Mungu" halipo katika baadhi ya maandiko mengine, bado maneno yaliyobaki **"Bwana, aliyeko, aliyekuwako, na atakayekuja, Mwenyezi"** yanathibitisha tamko hili la Kristo.

Ulinganisho wa Sifa Zao

Katika Ufunuo 4, Mungu aketiye katika kiti cha enzi anaelezewa kama:

"Mtakatifu, Mtakatifu, Mtakatifu, Bwana Mungu Mwenyezi, aliyekuwako, aliyeko, na atakayekuja."

Maneno haya yanafanana kabisa na yale yaliyotumiwa na Yesu katika Ufunuo 1:8. Majina kama **"aliyekuwako, aliyeko, na atakayekuja"** pamoja na sifa ya **"Mwenyezi"** hutumika kwa wote wawili—Mungu Baba katika sura ya nne, na Yesu Kristo katika sura ya kwanza. Hili linaonyesha kuwa wote Baba na Mwana wanashiriki majina na sifa sawa, zikionyesha uwepo wao wa milele na mamlaka yao ya kimungu.

Biblia inathibitisha umilele wa Mungu:

"Tangu milele hata milele wewe ni Mungu." *(Zaburi 90:2)*

Kwa namna hiyo hiyo, maneno yaliyotumika katika Ufunuo yanaonyesha kuwa Yesu Kristo ni wa milele na mwenye mamlaka sawa na Baba. Katika Ufunuo 1:8 na Ufunuo 4:8, wote wanaitwa **"Mwenyezi,"** jina linaloonyesha mamlaka ya juu kabisa ya kimungu.

Umoja wa Baba na Mwana

Maandiko haya yanatoa msingi wa wazi wa uungu wa Kristo, na yanathibitisha kile Yesu alichosema: **"Mimi na Baba tu umoja."** *(Yohana 10:30)*

Na tena:

"Ili watu wote wamheshimu Mwana kama wanavyomheshimu Baba. Asiyemheshimu Mwana hamheshimu Baba aliyempeleka." *(Yohana 5:23)*

Kwa hivyo, tunajifunza kwamba Yesu Kristo si tu mwokozi wetu, bali pia ni Mungu Mwenyezi, anayestahili heshima na kuabudiwa kama Baba. Amina!

Yesu Kristo ni Alfa na Omega, Mwanzo na Mwisho

Wapo wanaoweza kusema kuwa mstari wa 8 katika Ufunuo sura ya kwanza haukusemwa na Yesu Kristo, bali ni Mungu anayezungumza hapo. Hata hivyo, kutokana na muktadha na ushahidi wa maandiko, ni wazi kuwa kauli hiyo inamhusu Yesu Kristo. Ili kuelewa vyema, hebu tuangalie mistari mingine inayofuata:

"Tazama, naja upesi, na ujira wangu u pamoja nami... Mimi ni Alfa na Omega, mwanzo na mwisho, wa kwanza na wa mwisho... Mimi Yesu nimemtuma malaika wangu kuwashuhudia ninyi mambo hayo katika makanisa. Mimi ndimi niliye Shina na Mzao wa Daudi, ile nyota yenye kung'aa ya asubuhi." *(Ufunuo 22:12-16)*

Katika sura hii ya mwisho ya Ufunuo, mistari hii inaonyesha kwa uwazi kabisa kuwa anayezungumza ni Yesu Kristo mwenyewe. Kauli ya **"Tazama, naja upesi"** ni maneno ambayo Yesu Kristo pia aliyasema katika Ufunuo 3:11. Aidha, mwishoni mwa sura hii, tunasoma: **"Yeye mwenye kuyashuhudia haya asema, 'Naam; naja upesi.' Amina; na uje, Bwana Yesu."** *(Ufunuo 22:20)*

Hapa tunaona mwandishi wa kitabu akijibu kauli ya Yesu kwa kusema: **"Njoo, Bwana Yesu,"** akimtambulisha wazi kuwa mzungumzaji wa maneno hayo ni Kristo. Hili si jambo la kushangaza, kwani Biblia mara nyingi hujirudia kuonyesha kwamba ni Yesu Kristo mwenyewe atakayekuja tena katika utukufu wa Baba yake:

"Kwa maana Mwana wa Adamu atakuja katika utukufu wa Baba yake pamoja na malaika wake, ndipo atakapomlipa kila mtu kadiri ya matendo yake." *(Mathayo 16:27)*
Maandiko mengine yanayothibitisha kurudi kwa Yesu ni pamoja na Mathayo 25:31, Luka 9:26, na 2 Wathesalonike 1:7-10.

Yesu Kristo: Alfa na Omega

Katika Ufunuo 22:13, Yesu anatangaza: **"Mimi ni Alfa na Omega, mwanzo na mwisho, wa kwanza na wa mwisho."**

Kauli hii ni sawa kabisa na ile inayopatikana katika Ufunuo 1:8, ambayo tayari tumeitazama. Hii inadhihirisha kuwa Yesu ndiye anayezungumza katika sura ya kwanza. Ikiwa mstari wa 8 unahusiana na Mungu, basi inathibitisha kwamba Yesu Kristo katika sura ya 22 anashiriki majina yale yale yenye utukufu kama ya Baba yake, akithibitisha uhusiano wa kipekee wa umoja kati ya Baba na Mwana.

Yesu Kristo: Wa Kwanza na wa Mwisho

Katika Ufunuo 22, Yesu anajitambulisha kuwa **"Mimi ni wa Kwanza na wa Mwisho."** Usemi huu unathibitishwa tena katika Ufunuo 1:17 na 2:8, ambapo Yesu mwenyewe anasema wazi maneno haya kumhusu yeye.

Ukweli huu unaonyesha wazi kwamba Yesu Kristo si tu mwokozi wetu, bali pia ni Mungu Mwenyezi, Alfa na Omega, mwanzo na mwisho, wa kwanza na wa mwisho. Wanafunzi wa Yesu na waamini wote wanaweza kumtumaini kikamilifu kwa sababu yeye ni wa milele na ana mamlaka yote juu ya maisha na uzima wa milele. Amina!

ZAIDI KUHUSU UKUU WA YESU KRISTO NA UUNGWANA WAKE NA BABA

Zaidi ya yote, mlinganisho huu wa maandiko unazidi kuimarika tunapochunguza yale yanayopatikana katika sura ya 21 ya Ufunuo. Katika sura hiyo, tunasoma maneno haya:

"Na yeye aketiye juu ya kile kiti cha enzi akasema, 'Tazama, nayafanya yote kuwa mapya.' Akaniambia,

'Andika ya kwamba maneno hayo ni amini na kweli.' Akaniambia, 'Imekwisha kuwa. Mimi ni Alfa na Omega, Mwanzo na Mwisho. Mimi nitampa yeye mwenye kiu ya chemchemi ya maji ya uzima, bure. Yeye ashindaye atayarithi haya, nami nitakuwa Mungu wake, naye atakuwa mwanangu.'" *(Ufunuo 21:5-7)*

Ni wazi kabisa kwamba anenaye hapa ni Mungu, kama inavyoonyeshwa na kauli, **"...nami nitakuwa Mungu wake."** Anazungumza akiwa kwenye kiti chake cha enzi. Hata hivyo, angalia tangazo lake: **"Mimi ni Alfa na Omega, Mwanzo na Mwisho."** Hili ni tangazo lile lile ambalo Yesu Kristo analifanya katika Ufunuo 22, tuliloliona hapo awali. Baba na Mwana wote wanajulikana kuwa **Mwanzo na Mwisho, Alfa na Omega.**

Maneno haya hayashii hapa tu, bali yanaonekana pia katika Ufunuo 1:8, ambapo Yesu mwenyewe anajitambulisha kama Alfa na Omega. Ukweli huu unazidi kudhihirisha kwamba Yesu Kristo anashiriki majina na sifa za Baba yake.

UTUKUFU ULIO JUU YA FAHAMU ZETU

Maneno haya yanatufikisha mahali pa kushangaa kwa heshima kubwa! Ni ukweli wa hali ya juu unaozidi akili zetu za kibinadamu, ukitupeleka moja kwa moja kuanguka chini na kumwabudu Baba na Mwana. Yesu Kristo, Mwana wa Mungu, anashiriki tabia na majina ya Baba:

"Yeye aliyeniona mimi amemwona Baba." *(Yohana 14:9)*
"Kwa maana Mungu alikuwa ndani ya Kristo

akiupatanisha ulimwengu na nafsi yake." *(2 Wakorintho 5:19)*

Aidha, Yesu Kristo anashiriki mamlaka yote ya Baba:

"Yesu akaja kwao, akasema, 'Nimepewa mamlaka yote mbinguni na duniani.'" *(Mathayo 28:18)*

Katika sura ya mwisho ya Biblia, tunakutana na maelezo haya kuhusu kiti cha enzi kimoja:

"Kisha akanionyesha mto wa maji ya uzima, wenye kung'aa kama bilauri, ukitoka katika kiti cha enzi cha Mungu na cha Mwanakondoo... Wala hapatakuwa na laana yo yote tena. Na kiti cha enzi cha Mungu na cha Mwanakondoo kitakuwamo ndani yake. Na watumwa wake watamtumikia." *(Ufunuo 22:1,3)*

KITI CHA ENZI CHA MUNGU NA CHA MWANAKONDOO

Lugha ya asili ya Kiyunani inadhihirisha kwamba kiti hiki cha enzi ni kimoja, kinachomilikiwa na Mungu na Mwanakondoo kwa pamoja. Yesu Kristo alithibitisha ukweli huu aliposema:

"Yeye ashindaye, nitampa kuketi pamoja nami katika kiti changu cha enzi, kama mimi nilivyoshinda nikaketi pamoja na Baba yangu katika kiti chake cha enzi." *(Ufunuo 3:21)*

Utukufu huu ni wa kipekee na wenye thamani isiyopimika. Ufunuo wa sura ya 22 unasisitiza kuwa kiti hiki cha enzi ndicho chanzo cha uzima, wokovu, mamlaka, na uponyaji wote. Hakuna chochote kinachotoka kwetu sisi; kila neema, wema, na uzima unatoka kwa Mungu na Mwanakondoo wake.

YESU KRISTO: ALFA NA OMEGA, MWANZO NA MWISHO

Yesu anajitambulisha mwenyewe kama **"Mwanzo na Mwisho, Alfa na Omega."** Maneno haya yanathibitisha mamlaka yake ya milele na nafasi yake ya kipekee katika mpango wa Mungu. Tunaweza kuhitimisha kwamba Yesu Kristo ni wa kwanza na wa mwisho, Alfa na Omega, akiunganisha sifa zote za Baba yake wa mbinguni.

Tukiyatafakari yote haya, tunagundua kwamba uelewa huu unahusiana moja kwa moja na ukweli wa kipekee wa Uungu wa Yesu Kristo. Wote walioko mbinguni na duniani wanamwabudu yeye, wakimtukuza kama Mwana wa Mungu na Bwana wa uzima wa milele. Amina!

WA KWANZA NA WA MWISHO

Hebu tuendelee kutafakari maandiko yanayothibitisha kuwa majina ambayo Mungu anajifunua kwayo ni sawa na majina ambayo Yesu Kristo anajitambulisha nayo. Kwa mfano, Yesu Kristo anajifunua mwenyewe kama **"Mwanzo na Mwisho."**

"Nami nilipomwona, nalianguka miguuni pake kama mtu aliyekufa. Akaweka mkono wake wa kuume juu yangu, akisema, 'Usiogope, Mimi ni wa kwanza na wa mwisho na aliye hai; nami nalikuwa nimekufa, na tazama, ni hai hata milele na milele... Na kwa malaika wa kanisa lililoko Smirna andika; Haya ndiyo aneneyo yeye aliye wa kwanza

na wa mwisho, aliyekuwa amekufa, kisha akawa hai.'" *(Ufunuo 1:17-18; 2:8)*

Hakuna shaka kwamba maneno haya yalisemwa na Yesu Kristo, Mwana wa Mungu. Yesu mwenyewe anasema: **"Mimi ni wa kwanza na wa mwisho."** Lakini je, ni kwa majina gani Mungu anajifunua katika maandiko? Twasoma hivi:

"Ni nani aliyetenda na kufanya jambo hilo, aviitaye vizazi tangu mwanzo? Mimi, Bwana, wa kwanza na wa mwisho, mimi ndiye... Bwana, Mfalme wa Israeli, Mkombozi wako, Bwana wa majeshi, asema hivi; Mimi ni wa kwanza, na mimi ni wa mwisho; zaidi yangu mimi hapana Mungu." *(Isaya 41:4; 44:6)*

Hakuna Mungu mwingine isipokuwa Yeye aliye **"wa kwanza na wa mwisho."** Yesu Kristo naye anatumia majina haya haya juu yake mwenyewe, kama tulivyoona katika Ufunuo. Je, hili si jambo la kushangaza sana? Maandiko yanamtambulisha Mungu kuwa ni **"wa kwanza na wa mwisho,"** na Yesu Kristo naye anajitambulisha kwa majina yaleyale. Hii inathibitisha kuwa Yesu Kristo na Baba ni wamoja—kutoka umilele hadi umilele. Kutokana na tabia ileile ya uungu, majina yao yanashabihiana kikamilifu.

Lakini ni lazima tutambue kuwa majina haya yanahusu Mungu peke yake. Iwe ni Baba au Mwana, majina haya yanadokeza uungu wa pekee wa Mungu. Umoja wa Baba na Mwana hufichua mafunuo ya majina haya na tabia zao zinazoshabihiana.

HAKUNA MWINGINE ANAYESTAHILI KUITWA "WA KWANZA NA WA MWISHO"

Haijalishi baraka kubwa kiasi gani ambazo Mungu anatupatia, hatuwezi kamwe kuitumia hadhi au jina lake kujitambulisha sisi wenyewe kama **"wa kwanza na wa mwisho."** Jina hili linamhusu Mungu peke yake, likieleza umilele wake na uweza wake.

Tunawezaje sisi, kwa lugha zetu za kibinadamu, kuelezea kikamilifu maana kuu ya majina haya? Tunasalia tukiwa na kicho, tukimtazama Mungu kwa unyenyekevu, tukiheshimu ukuu wake na mamlaka ya enzi yake. Kama Daudi alivyoandika:

"Bwana ndiye mkuu mwenye kusifiwa sana, wala ukuu wake hautambulikani." *(Zaburi 145:3)*

MIMI NIKO AMBAYE NIKO

Kama ilivyokuwa wakati wa Yesu alipokuwa hapa duniani, ndivyo ilivyo hata leo—wapo wanaopinga kuwa Yesu ni Mungu. Wayahudi wa wakati ule walielewa wazi kile ambacho Yesu alikuwa akisema, na kwa sababu hiyo walimchukia na kutafuta njia za kumwua, kwa kuwa alijitambulisha kama mmoja na Mungu Baba na kutumia majina na maneno ambayo ni ya kiungu pekee. Hebu tuangalie maandiko yanayothibitisha ukweli huu.

"Mimi na Baba tu umoja." Wayahudi wakaokota mawe ili wampige. Yesu akawajibu: **"Kazi njema nyingi nimewaonyesha, zitokazo kwa Baba; kwa ajili ya kazi ipi mnayopanga kunipiga kwa mawe?"** Wayahudi wakamjibu: **"Kwa ajili ya kazi njema hatukupigi kwa mawe, bali kwa kukufuru, kwa sababu wewe, uliye mwanadamu, wajifanya Mungu."** *(Yohana 10:30–33)*

Yesu aliposema kuwa yeye ni mmoja na Baba, Wayahudi walielewa wazi kuwa alikuwa akidai kuwa Mungu. Kwa sababu hiyo, waliona kuwa ni lazima kumuua.

Katika Yohana sura ya 8, tunakutana tena na hali hiyo. Yesu anasema:
"Amin, amin, nawaambia, kabla ya Ibrahimu kuwapo, mimi niko." Basi wakaokota mawe ili wamtupie. *(Yohana 8:58–59)*

Wayahudi walielewa maana ya maneno **"Mimi niko"** kama Yesu alivyotumia hapa. Usemi huu unaenda sambamba na jina ambalo Mungu alijifunua kwa Musa na wana wa Israeli:

"Mungu akamwambia Musa, 'MIMI NIKO AMBAYE NIKO'; akasema, 'Ndivyo utakavyowaambia wana wa Israeli; MIMI NIKO amenituma kwenu.'" *(Kutoka 3:14)*

Hili ndilo jina la Mungu, jina ambalo Mungu alijifunua nalo kwa Musa. **"Mimi Niko, ambaye Niko."** Jina hili linaonyesha kuwa Mungu yupo milele, aliyekuwepo, yupo sasa, na atakuwepo milele. Yesu alipotumia jina hili kujitambulisha, Wayahudi walitambua kuwa alikuwa akijilinganisha na Mungu, na kwa sababu hiyo walitaka kumwua.

Yesu kwa kutumia jina hili alithibitisha kuwa alikuwa pamoja na Baba tangu mwanzo, kabla ya kuwekwa misingi ya ulimwengu. **"Mimi Niko!"**

Katika tafsiri ya Kiyunani ya Agano la Kale *(Septuagint)*, neno **"Mimi Niko"** linafanana na maneno aliyotumia Yesu aliposema: **"Kabla ya Ibrahimu kuwako, mimi niko."** Katika Kiyunani, maneno haya ni **"ἐγώ εἰμί"** *(ego eimi)*, ambayo ni maneno yale yale yaliyotumiwa na Mungu katika Isaya 41:4:

"Ni nani aliyetenda na kufanya jambo hilo, aviitaye vizazi tangu mwanzo? Mimi, Bwana, wa kwanza na wa mwisho, mimi ndiye."

Wayahudi walielewa wazi kuwa Yesu alitumia usemi wa Mungu kumhusu yeye mwenyewe.

Leo, watu hawatumii mawe kuangamiza kweli hii, lakini wanatumia hoja za kibinadamu kuipinga. Yesu anaposema **"Mimi Niko,"** anathibitisha kuwa yeye ni wa milele, hakuwepo wakati ambapo hakuwa. **"Yesu Kristo ni yeye yule jana, leo, na hata milele."** *(Waebrania 13:8)*

Katika Waebrania 7, Yesu anafananishwa na Melkizedeki, ambaye:
"Hana baba, hana mama, hana wazazi, hana mwanzo wa siku zake wala mwisho wa uhai wake, bali amefananishwa na Mwana wa Mungu; huyo adumu kuhani milele." *(Waebrania 7:3)*

Yesu Kristo hana mwanzo wa siku zake wala mwisho wa uhai wake, kwa kuwa alikuwa pamoja na Baba tangu milele.

Kwa sababu Yesu Kristo ni Mwana wa Baba na wote wawili ni wamoja, inawezekanaje Kristo asiwe Mungu?

KITI CHAKO CHA ENZI, MUNGU, NI CHA MILELE NA MILELE

Akiandika kuhusu utukufu wa Mwana katika kitabu cha Waebrania, mwandishi anaonyesha jinsi Mungu alivyomwinua Mwana juu zaidi kuliko malaika, akisema:

"Na kwa habari za malaika asema, 'Afanyaye malaika zake kuwa pepo, na watumishi wake kuwa miali ya moto.' Lakini kwa habari za Mwana asema, 'Kiti chako cha enzi, Mungu, ni cha milele na milele; na fimbo ya ufalme wako ni fimbo ya adili.'" *(Waebrania 1:7-8)*

Mwandishi hapa ananukuu kutoka Zaburi 45:6, ambapo tunasoma maneno haya:

"Kiti chako cha enzi, Mungu, ni cha milele na milele; fimbo ya ufalme wako ni fimbo ya adili."

Maneno haya ni ya unabii na yanamhusu Mwana, Yesu Kristo. Hakika, hakuna tangazo kuu zaidi ya hili linalomhusu Yesu Kristo! Je, hatupaswi kuogopa kujaribu kubadilisha maana halisi na ya wazi ya mstari huu?

Katika somo hili, ni matumaini yangu kuwa utaongozwa na Neno la Mungu kuelewa ukweli wake kama ulivyo. Mistari kama hii inapaswa kueleweka katika maana yake halisi na ya wazi. Wale wanaosema kwamba Yesu si Mungu wanalazimika kutafuta sababu za kupotosha maana ya mstari huu au kuifanya ionekane tofauti na ukweli wake wa msingi.

Kiyunani cha mstari huu kiko wazi kabisa:

"προς δε τον υιον (λεγει) ο θρονος σου ο θεος εις τον αιωνα του αιωνος,"

ambacho kinatafsiriwa moja kwa moja:

"Kwa Mwana anasema, kiti chako cha enzi, Mungu, ni cha milele na milele."

Hali kadhalika, Kiebrania cha Zaburi 45:6 hakiruhusu tafsiri nyingine yoyote tofauti. Hili linathibitisha wazi kwamba maandiko haya yanamhusu Yesu Kristo.

Wale wanaokataa ukweli huu mara nyingi huvunja kanuni za lugha na sarufi ili kulazimisha mistari kusema kile ambacho haikusudiwa kusema. Hata hivyo, ukweli unabaki wazi: Yesu Kristo anatambulishwa kama Mungu, aketiye katika kiti cha enzi cha milele.

Katika kitabu cha Ufunuo 22, tunasoma kwamba kiti cha enzi ni kimoja tu, kinachoitwa **"kiti cha enzi cha Mungu na cha Mwanakondoo."** Na katika Waebrania sura ya kwanza, ukweli huu unasisitizwa zaidi, ukithibitisha kwamba Yesu Kristo anashiriki utukufu wa Baba yake katika mamlaka ya milele.

IMANUELI NI NANI?

Neno la Mungu linaweka ukweli huu wazi mara kwa mara. Katika Isaya 7:14 tunasoma unabii huu: **"Kwa hiyo Bwana mwenyewe atawapa ishara. Tazama, bikira atachukua mimba, atazaa mtoto mwanamume, naye atamwita jina lake Imanueli."**

Wakati Mariamu alipokuwa mjamzito na Yesu, Mathayo alinukuu kifungu hiki kutoka Isaya 7 na akaonyesha kuwa ujauzito wa Mariamu ulikuwa utimilifu wa unabii wa Isaya. Mathayo anafafanua kwamba "Imanueli" linamaanisha **"Mungu yuko nasi."** *(Mathayo 1:23)*

Yesu Kristo ni **"Mungu pamoja nasi!"**

Mungu, kupitia malaika, alimwambia Yosefu kwamba jina ambalo Yesu angepewa ni "Mungu pamoja nasi." Kama Yesu alivyonena katika Yohana 10:35, **"Maandiko hayawezi kuvunjwa."** Na kwa hivyo, andiko hili la Mathayo 1 haliwezi kupuuzwa – linaonyesha wazi kwamba Yesu Kristo ni **"Mungu pamoja nasi!"** Huu ni ukweli thabiti bila kujali maoni ya mtu yeyote. Yesu ni Mungu pamoja nasi!

Mathayo anamnukuu tena Isaya kuonyesha utimilifu wa unabii mwingine juu ya Yesu Kristo. Yesu alipoenda kukaa Kapernaumu, Mathayo anatuambia kuwa hilo lilitimiza unabii wa Isaya:

"Watu wale waliokaa katika giza wameona mwanga mkuu, nao waliokaa katika nchi na uvuli wa mauti mwanga umewazukia." *(Mathayo 4:16)*

Haya ni maneno yale yale yanayopatikana katika Isaya 9:2. Lakini tunaposoma chini zaidi katika Isaya 9 tunakutana na maneno haya:

"Maana kwa ajili yetu mtoto amezaliwa, tumepewa mtoto mwanamume; na uweza wa kifalme utakuwa begani mwake; naye ataitwa jina lake, Mshauri wa Ajabu, Mungu Mwenye Nguvu, Baba wa Milele, Mfalme wa Amani." *(Isaya 9:6)*

Hii inamhusu Bwana Yesu Kristo, Mwokozi wetu – yeye ndiye Mungu Mwenye Nguvu. Ni mtoto aliyezaliwa na mwana aliyetolewa kwa ajili ya wokovu wetu. Yesu Kristo amepewa mamlaka yote mbinguni na duniani. Amani imehubiriwa kupitia kwake, kwa maana yeye ndiye **"Amani yetu."** *(Waefeso 2:14)*

Yesu ndiye **"Mkuu wa uzima."** *(Matendo 3:15)* Mungu alimwinua kuwa **"Mkuu na Mwokozi."** *(Matendo 5:31)* Kristo ni hekima ya Mungu kwetu *(1 Wakorintho 1:24, 30)*, ambaye ndani yake hazina zote za hekima na maarifa zimefichwa *(Wakolosai 2:3)*. Utukufu wa Yesu Kristo unathibitisha kuwa yeye ni Mungu Mwenye Nguvu kwetu.

JE, "BABA WA MILELE" INAHUSIANISHWAJE NA YESU KRISTO?

Kwa wengine, jina **"Baba wa Milele"** linaweza kuonekana gumu kueleweka linapohusishwa na Yesu Kristo. Hata hivyo, Baba na Mwana wote wanahusika katika wokovu wetu. Katika maandiko, wote Baba na Mwana wanaitwa **"Mwokozi."** Tunapokea neema na amani kutoka kwao wote. Petro anasema wazi kwamba wokovu wetu na kuzaliwa mara ya pili ni kwa msingi wa kufa na kufufuka kwa Yesu Kristo: **"Ahimidiwe Mungu, Baba wa Bwana wetu Yesu Kristo, ambaye kwa rehema zake nyingi alituzaa mara ya pili ili tupate tumaini lenye uzima kwa kufufuka kwake Yesu Kristo katika wafu."** *(1 Petro 1:3)*

Paulo pia anaeleza kwamba kupitia Adamu wa kwanza mauti iliingia, lakini kwa Yesu Kristo, Adamu wa Pili, uzima wa milele unapatikana:

"Maana kama katika Adamu wote wanakufa, kadhalika na katika Kristo wote watahuishwa... Adamu wa mwisho ni roho yenye kuhuisha." *(1 Wakorintho 15:21-22, 45)*

Yesu Kristo ndiye roho mtoaji wa uzima, anayewapa watu wake haki na uzima wa milele. Katika yeye, tunakuwa haki ya Mungu *(2 Wakorintho 5:21)*. Kwa maana hiyo, Yesu Kristo, ambaye ndiye Adamu wa Pili, ndiye Mkuu wa uzao mpya wa wenye haki.

Kwa kuwa wokovu wetu na kuzaliwa kwetu mara ya pili kunatokana na kufa na kufufuka kwa Kristo, maandiko yanaweka wazi kwamba yeye ndiye **"Mungu pamoja nasi"** na chanzo cha uzima wa milele kwa wote wanaomwamini. **"Tazama, Bikira atachukua mimba, atazaa mtoto mwanamume, naye ataitwa Imanueli."** *(Mathayo 1:23)*

BWANA WA MABWANA, NA MFALME WA WAFALME

Katika waraka wake wa kwanza kwa Timotheo, Mtume Paulo anamshukuru Mungu kwa maneno yenye utukufu: **"Sasa kwa Mfalme wa milele, asiyeweza kuharibika, asiyeonekana, Mungu peke yake, na iwe heshima na utukufu milele na milele. Amina."** *(1 Timotheo 1:17)*

Katika sura ya sita ya waraka huo, Paulo anamwelekeza Timotheo kwa maneno haya:

"Ili uilinde amri hii pasipo mawaa, pasipo lawama, mpaka kufunuliwa kwake Bwana wetu Yesu Kristo, ambaye kwa majira yake atadhihirishwa, yeye aliyehimidiwa, mwenye uweza peke yake, Mfalme wa Wafalme, na Bwana wa Mabwana; ambaye yeye peke yake hapatikani na mauti..." *(1 Timotheo 6:14-16)*

Hapa tunaona kuwa Mungu anatajwa kuwa Mfalme wa Milele, Mfalme wa Wafalme, na Bwana wa Mabwana, ambaye peke yake hapatikani na mauti. Sifa hizi zote ni za Mungu Mwenyewe. Sasa hebu tuangalie kitabu cha Ufunuo ambapo tunaona kuwa Yesu Kristo, Mwana-Kondoo, anaitwa vivyo hivyo:

“Hawa watafanya vita na Mwana-Kondoo, na Mwana-Kondoo atawashinda, kwa maana yeye ni Bwana wa Mabwana, na Mfalme wa Wafalme; na hao walio pamoja naye ndio walioitwa, wateule, na waaminifu.” *(Ufunuo 17:14)*

Hakuna shaka kwamba Mwana-Kondoo ni Yesu Kristo, na hapa tunaona anapewa cheo cha **“Bwana wa Mabwana”** na **“Mfalme wa Wafalme.”**

Tena, katika Ufunuo tunasoma maelezo haya ya kustaajabisha:
“Kisha nikaziona mbingu zimefunuka, na tazama, farasi mweupe, na yeye aliyempanda, aitwaye Mwaminifu na Wa-kweli, naye kwa haki ahukumu na kufanya vita. Na macho yake yalikuwa kama mwali wa moto, na juu ya kichwa chake vilemba vingi... Naye amevikwa vazi lililochovywa katika damu, na jina lake aitwa, Neno la Mungu. Na majeshi ya mbinguni wakamfuata, wamepanda farasi weupe, wamevikwa kitani nzuri, nyeupe, safi. Na upanga mkali hutoka kinywani mwake ili awapige mataifa kwa huo. Naye atawachunga kwa fimbo ya chuma, naye anakanyaga shinikizo la mvinyo ya ghadhabu ya hasira ya Mungu Mwenyezi. Naye ana jina limeandikwa katika vazi lake na paja lake, MFALME WA WAFALME, NA BWANA WA MABWANA.” *(Ufunuo 19:11-16)*

Huu unabaki kuwa uthibitisho wa wazi kwamba Yesu Kristo ndiye anayehusika katika maelezo haya. Katika kifungu hiki, yule aliyempanda farasi mweupe anaitwa **“Mwaminifu na Wa-kweli,”** na Ufunuo 3:14 unamtambulisha Yesu kama: **“Yeye aliye Amina, Shahidi aliye Mwaminifu na Wa-kweli.”** Tena, tunaambiwa kwamba macho yake **“yalikuwa kama mwali wa moto”** na **“upanga mkali hutoka kinywani**

mwake," maelezo ambayo pia yanapatikana katika Ufunuo 1:14,16 na 2:18 kumhusu Yesu Kristo.

Yesu ndiye **"Neno la Mungu"** *(Yohana 1:1)*, na yeye anaitwa **"Mfalme wa Wafalme na Bwana wa Mabwana."** Huyu ndiye **"Mkuu wa Wafalme wa dunia."** *(Ufunuo 1:5)*

Ikiwa maneno **"Mfalme wa Wafalme na Bwana wa Mabwana"** yanamhusu Mungu, basi tunapaswa pia kuelewa kwamba Yesu Kristo, anayeshiriki sifa hizi, ni Mungu.

Majina haya yanathibitisha kwa uwazi kwamba Yesu Kristo na Mungu Baba wanashirikiana sifa na mamlaka ya kiungu. Yesu Kristo ndiye Mfalme wa Wafalme, Bwana wa Mabwana, na chanzo cha wokovu wetu wa milele.

KILA GOTI LITAPIGWA MBELE ZANGU

Sisi sote tutasimama mbele ya kiti cha hukumu cha Kristo. Mtume Paulo anaandika hivi katika Warumi 14:10-12: **"Lakini wewe mbona wamhukumu ndugu yako? Au mbona wamdharau ndugu yako? Kwa maana sisi sote tutasimama mbele ya kiti cha hukumu cha Kristo. Kwa kuwa imeandikwa, 'Kama niishivyo, asema Bwana, kila goti litapigwa mbele zangu; na kila ulimi utamkiri Mungu.' Basi, kila mmoja wetu atatoa habari zake mwenyewe mbele za Mungu."**

Hapa Paulo ananukuu kutoka Isaya 45:22-23:

"Niangalieni mimi, mkaokolewe, enyi ncha zote za dunia; maana mimi ni Mungu, hapana mwingine. Kwa nafsi yangu nimeapa, neno hili limetoka kinywani mwangu katika haki, wala halitarudi, ya kwamba mbele zangu kila goti litapigwa, kila ulimi utaapa."

Katika Isaya, inasemekana wazi kuwa kila goti litapigwa na kila ulimi utamkiri Mungu. Lakini Paulo ananukuu andiko hili na kulitumia kwa Yesu Kristo, akithibitisha uhusiano wa karibu wa Yesu na Mungu.

Katika Warumi 14:10, baadhi ya miswada ya kale inaandika "kiti cha hukumu cha Mungu" badala ya "kiti cha hukumu cha Kristo." Hata hivyo, tunajua kutokana na maandiko mengine kama 2 Wakorintho 5:10 kwamba:

"Kwa maana imetupasa sisi sote kudhihirishwa mbele ya kiti cha hukumu cha Kristo, ili kila mtu apokee ijara ya mambo aliyotenda kwa mwili, kadiri alivyotenda, kwamba ni mema au mabaya."

Hili linathibitisha kuwa sote tutasimama mbele ya Kristo kwa hukumu.

Tunaona pia ukweli huu katika Wafilipi 2:9-11:

"Kwa hiyo tena Mungu alimwadhimisha mno, akamkirimia Jina lile lipitalo kila jina; ili kwa jina la Yesu kila goti lipigwe, la vitu vya mbinguni, na vya duniani, na vya chini ya nchi; na kila ulimi ukiri ya kuwa Yesu Kristo ni Bwana, kwa utukufu wa Mungu Baba."

Hili linafanana sana na Isaya 45:22-23, linalosema kila goti litapigwa mbele za Mungu. Hapa maandiko yanaonyesha kuwa Yesu Kristo anapokea utukufu sawa na Baba.

Katika Ufunuo 20:11-12, tunasoma kuhusu hukumu ya mwisho:
"Kisha nikaona kiti cha enzi kikubwa, cheupe, na yeye aketiye juu yake; ambaye nchi na mbingu zikakimbia uso

wake, na mahali pao hapakuonekana. Nikawaona wafu, wakubwa kwa wadogo, wamesimama mbele ya hicho kiti cha enzi; na vitabu vikafunguliwa; na kitabu kingine kikafunguliwa, ambacho ni cha uzima; na hao wafu wakahukumiwa katika mambo hayo yaliyoandikwa katika vile vitabu, sawasawa na matendo yao."

Kiti hiki cha enzi, ambacho kinaitwa "kikubwa, cheupe," kinafanana na "kiti cha hukumu cha Kristo" kilichotajwa katika maandiko mengine. Yesu Kristo mwenyewe alisema: **"Hapo atakapokuja Mwana wa Adamu katika utukufu wake, na malaika watakatifu wote pamoja naye, ndipo atakapoketi katika kiti cha utukufu wake; na mataifa yote watakusanyika mbele zake; naye atawabagua kama vile mchungaji abaguavyo kondoo na mbuzi."** *(Mathayo 25:31-32)*

Hii inaonyesha wazi kwamba Yesu Kristo ndiye atakayekaa kwenye kiti cha enzi ili kuhukumu mataifa yote.

Katika Matendo 10:42, tunasoma:

"Akatuagiza tuwahubiri watu na kushuhudia ya kuwa huyu ndiye aliyeamriwa na Mungu awe Mhukumu wa walio hai na wafu."

Na Yohana 5:22 inasema:

"Tena Baba hamhukumu mtu ye yote, bali amempa Mwana hukumu yote."

Hukumu hii inahusiana na "kitabu cha uzima" kilichotajwa katika Ufunuo. Kitabu hiki kinaitwa pia "kitabu cha uzima cha Mwana-Kondoo." *(Ufunuo 13:8; 21:27)* Ni wazi kwamba

Yesu Kristo ndiye anayemiliki kitabu hiki, na majina ya waliokombolewa yanaandikwa humo.

Kwa hivyo, wale wanaokataa Uungu wa Yesu Kristo, watajipata wapi siku hiyo? Yesu alisema: **"Mimi na Baba tu umoja."** *(Yohana 10:30)*

Umoja huu unathibitishwa katika majina wanayoshiriki pamoja na mamlaka yao. Yesu Kristo si kiumbe wa kiungu tu bali ni Mwana wa milele wa Baba wa milele. Wote wanastahili kuheshimiwa kwa kiwango sawa, kama maandiko yanavyosema:
"Ili watu wote wamheshimu Mwana kama vile wanavyomheshimu Baba. Asiyemheshimu Mwana hamheshimu Baba aliyempeleka." *(Yohana 5:23)*

Uungu wa Kristo na ushirika wake na Baba ni dhahiri, kama maandiko yanavyothibitisha tena na tena.

MUNGU MWOKOZI WETU, KRISTO MWOKOZI WETU

Katika barua zake, Mtume Paulo mara kwa mara anaanza kwa kusema:
"Nawatakieni neema na amani kutoka kwa Mungu Baba yetu na Bwana Yesu Kristo." *(Warumi 1:7)*

Petro pia anaandika kwa mtindo huo huo, huku Yohana akisema:
"Neema iwe nanyi, rehema na amani, kutoka kwa Mungu Baba na kutoka kwa Bwana Yesu Kristo, Mwana wa Baba, kwa ukweli na upendo." *(2 Yohana 3)*

Tumeshuhudia jinsi Baba na Mwana wanavyoabudiwa pamoja mbinguni, na jinsi Mwana anakaa pamoja na Baba yake kwenye kiti cha enzi *(Ufunuo 3:21)*. Sasa tunaona jambo jingine la kipekee: neema, rehema, na amani zinazotajwa katika aya hizi zinaweza tu kutolewa na Mungu. Hakuna kiumbe aliyeumbwa, malaika, wala mwanadamu anayeweza kutoa neema ya kuokoa na nguvu ya kimungu inayotulinda. Hii ni kazi ya Mungu pekee. Katika aya hizi, tunaona kuwa Baba na Mwana ni wamoja katika kutoa neema ya wokovu, rehema, na amani kwa wanadamu. Hakika, ni Mungu tu anayeweza kufanya kazi hii.

Mungu ametajwa katika Agano Jipya kama **"Mungu Mwokozi wetu"** *(1 Timotheo 2:3)*. Lakini jina hilo pia linamuhusu Yesu Kristo, kama tunavyoona katika maneno ya Petro:
"Lakini kueni katika neema, na katika kumjua Bwana wetu na Mwokozi Yesu Kristo." *(2 Petro 3:18)*
Mungu anatuokoa, na vivyo hivyo Yesu Kristo anatuokoa. Je, ni nani mwingine, isipokuwa Mungu, anayeweza kutuokoa kutoka kwa dhambi, kifo, na nguvu za Shetani? Baba na Mwana ni wamoja katika kazi ya wokovu (pamoja na Roho Mtakatifu), na wokovu ni kazi ya Mungu pekee. Hakuna sadaka ya kiumbe chochote—iwe malaika au mwanadamu—ambayo ingeweza kutuokoa. Ilibidi Mungu mwenyewe ajitoe msalabani kwa ajili yetu ili tupate wokovu wa kweli.

Katika barua yake ya pili, Petro anaandika:

"Simoni Petro, mtumwa na mtume wa Yesu Kristo, kwa wale waliopata imani moja na sisi, yenye thamani, katika haki ya Mungu wetu na Mwokozi Yesu Kristo..." *(2 Petro 1:1)*
Hapa, Petro anasema wazi kwamba tunapokea imani kupitia

haki ya Mungu na ya Bwana Yesu Kristo. Ni haki moja inayotoka kwa Baba na Mwana!

Huenda tafsiri ya Kiswahili haifanyi maana hii iwe dhahiri, lakini maandishi ya asili ya Kiyunani yanaeleza wazi kuwa haki hii inatoka kwa Mungu na Mwokozi wetu Yesu Kristo. Haki ya nani inaweza kukuokoa isipokuwa haki ya Mungu mwenyewe?

Hata hivyo, ni muhimu kufahamu kwamba miswada ya Kiyunani ya Agano Jipya, hata ile ya kale zaidi, inasomeka hivi:
"...kupitia haki ya Mungu na Mwokozi wetu Yesu Kristo,"
na siyo:
"...kupitia haki ya Mungu wetu na ya Mwokozi Yesu Kristo."

Kwa maneno haya, Petro alitangaza kuwa Yesu Kristo ni **"Mungu na Mwokozi wetu."**

Ni kweli ya kushangaza jinsi tunavyokutana tena na tena na uthibitisho wa Uungu wa Kristo katika maandiko. Hii inasisitiza kwamba wokovu wetu unategemea neema na haki ya Mungu, ambayo imefunuliwa kupitia Mwokozi wetu Yesu Kristo. Wote Baba na Mwana wanashiriki sifa hizi za Uungu, wakionyesha umoja wao katika kazi ya wokovu wetu.

KUJAZWA NA UTIMILIFU WA MUNGU NA KRISTO

Katika sura ya tatu ya waraka wa Paulo kwa Waefeso, Paulo aliomba kwamba waumini waelewe kikamilifu upendo wa Kristo, ili wajazwe "na utimilifu wote wa Mungu." Hapa, kufahamu upendo wa Kristo kunalinganishwa na kujazwa utimilifu wa Mungu. Bila kuelewa kina cha upendo wa Kristo, hatuwezi kufikia utimilifu wa Mungu maishani mwetu. Je, unaona jinsi gani Kristo na Mungu wanavyokuwa wamoja katika Uungu wao? Huu si upendo wa kiumbe chochote kilichoumbwa—huyu ni Muumba na Mwokozi wetu. Upendo huu mkubwa wa kutoa uhai wake kwa ajili yetu ni sifa ya Mungu pekee.

Mungu ni upendo, na upendo wa Kristo unaonyesha ukamilifu wa upendo wa Mungu kwa sababu Kristo ni Mungu. Katika sura inayofuata, Paulo anaeleza kuwa huduma ya kanisa inapaswa kutupeleka "kwenye kipimo cha kimo cha utimilifu wa Kristo." Katika aya hizi mbili *(Waefeso 3:19; 4:13)*, Paulo haoni tofauti kati ya utimilifu wa Mungu na wa Kristo. Utimilifu wa Kristo ni utimilifu wa Mungu, kama tunavyosoma katika Wakolosai 2:9:

"Maana katika yeye (Kristo) unakaa utimilifu wote wa Mungu kwa jinsi ya kimwili."

Ajabu ni kwamba maandiko yote yanathibitisha ukweli huu wa kushangaza!

INJILI YA MUNGU NA YA KRISTO

Katika kitabu cha Warumi, Paulo anasema kuwa yeye alitengwa kwa ajili ya Injili ya Mungu *(Warumi 1:1)*. Katika sura ya 15, anazungumzia huduma yake kwa kusema: **"...mpaka Iliriko nimekwisha kuihubiri Injili ya Kristo kwa utimilifu."** *(Warumi 15:19)*

Habari njema ya Mungu ni habari njema ya Yesu Kristo. Maandiko hayaonyeshi tofauti kati ya injili ya Mungu na ya

Kristo; yanathibitisha umoja wa Baba na Mwana katika asili na kazi yao. Wokovu unatoka kwa Baba na kwa Mwana.

MUNGU MKOMBOZI WETU

Katika Agano la Kale, Bwana Mungu anatangaza kuwa yeye ndiye Mkombozi wa Israeli:

"Wakakumbuka ya kwamba Mungu alikuwa mwamba wao, na Mungu aliye juu alikuwa Mkombozi wao." *(Zaburi 78:35)*

"Bwana, Mkombozi wako, Mtakatifu wa Israeli, asema hivi…" *(Isaya 48:17)*

Katika Agano Jipya, Yesu Kristo anatambuliwa kama Mkombozi wetu. Yeye anatukomboa kutoka kwa dhambi na uovu:
"…akawangojea watu waliokombolewa katika Yerusalemu." *(Luka 2:38)*

"Katika yeye tunao ukombozi kwa damu yake, msamaha wa dhambi, sawasawa na wingi wa neema yake." *(Waefeso 1:7)*
Baba na Mwana ni wamoja katika kazi ya ukombozi na wanashiriki jina hilo tukufu la "Mkombozi."

MUNGU MUME WETU, KRISTO YESU MUME WETU

Katika Isaya 54:5, Mungu wa dunia nzima anajulikana kama mume wa Israeli:

"Kwa maana Muumba wako ni mume wako; Bwana wa majeshi ndilo jina lake; na Mtakatifu wa Israeli ndiye Mkombozi wako; yeye ataitwa Mungu wa dunia yote."

Katika Agano Jipya, uhusiano kati ya Kanisa na Yesu Kristo unafananishwa na ule wa mume na mke. Kanisa linaitwa bibi harusi wa Kristo, na Kristo ndiye Mume mtarajiwa: **"Maana nawaonea wivu, wivu wa Mungu; kwa kuwa naliwaposea mume mmoja, ili nimletee Kristo bikira safi."** *(2 Wakorintho 11:2)

BWANA MCHUNGAJI WETU

Katika Agano la Kale, Bwana Mungu anajulikana kama mchungaji wa watu wake, akiwarejelea kama kundi lake na kondoo wa malisho yake. Katika Zaburi 100:3, tunasoma maneno haya ya kufariji:

"Jueni kwamba BWANA ndiye Mungu; ndiye aliyetuumba, nasi tu watu wake, na kondoo wa malisho yake."

Katika kitabu cha Isaya, Mungu anatangaza habari njema kwa Yerusalemu, akionyesha jinsi atakavyowatendea watu wake kwa upendo wa mchungaji mwema:

"Wewe uhubiriye Sayuni habari njema, panda juu ya mlima mrefu; wewe uhubiriye Yerusalemu habari njema, paza sauti kwa nguvu; paza sauti yako, usiogope. Iambie miji ya Yuda, Tazameni, Mungu wenu! Atalilisha kundi lake kama mchungaji; atawakusanya wana kondoo

mikononi mwake, na kuwaweka kifuani mwake, nao wanyonyeshao atawaongoza polepole." *(Isaya 40:9-11)*

Yesu Kristo ndiye aliyetambulisha wazi kuwa yeye ni mchungaji mwema. Aliwaambia wafuasi wake: **"Mimi ndimi mlango; mtu akiingia kupitia kwangu, ataokoka, ataingia na kutoka, naye atapata malisho."** *(Yohana 10:9)*

"Mimi ndimi mchungaji mwema; ninawajua walio wangu, nao walio wangu wananijua." *(Yohana 10:14)*

"Bwana ndiye mchungaji wangu, sitapungukiwa na kitu." *(Zaburi 23:1)*

Ni nani huyu Bwana, mchungaji wangu? Ni Yesu Kristo. Ni Mungu mwenyewe.

Je, unaweza kumtenganisha Kristo na Mungu? Je, kuna yeyote atakayemnyima Kristo Uungu wake? Haiwezekani! Hii ni kweli isiyoweza kubatilishwa. Kristo na Baba ni wamoja, kama Yesu alivyoeleza:

"Mimi na Baba tu umoja." *(Yohana 10:30)*

Kama ilivyo mbinguni ambapo Baba na Mwana huabudiwa pamoja, vivyo hivyo katika maandiko haya tunaona kuwa hakuna tofauti kati ya Baba na Mwana katika uwezo wao wa kuokoa, kutunza, na kuwaongoza watu wao kwa upendo wa mchungaji mwema. Yesu Kristo ndiye mchungaji wetu wa milele, anayeonyesha tabia ya Mungu kwa ukamilifu.

USHIRIKA PAMOJA NA BABA NA MWANA

Tunaona jambo la ajabu katika maneno ya 1 Yohana 1:3: **"Hilo tulilolitona na kulisikia, twawahubiri na ninyi; ili nanyi pia mpate kushirikiana nasi: na ushirika wetu ni pamoja na Baba, na pamoja na Mwana wake Yesu Kristo."**
Kupitia wokovu, tunaletwa katika ushirika wa moja kwa moja na Baba na Mwana! Huu si ushirika tofauti wa aina mbili za maisha; hapana. Tunashiriki uzima wa milele ulio ndani ya Baba na Mwana, kama Yesu alivyoeleza: **"Yeye ambaye ameniona amemwona Baba."**

Hii inathibitishwa na maombi ya Yesu katika Yohana 17:3: **"Na uzima wa milele ndio huu, wakujue wewe, Mungu wa pekee wa kweli, na Yesu Kristo uliyemtuma."** Je, uzima wa milele ni nini? Ni kumjua Baba na kumjua Mwana. Ni uzima mmoja unaotoka kwa wote wawili. Hakuna tofauti. **"Yeye aliye na Mwana anao uzima."** *(Yohana 3:36; 1 Yohana 5:12).*

Yesu aliposema, **"Wakujue wewe, Mungu wa pekee wa kweli,"** alizungumza kulinganisha na miungu ya uongo ambayo watu wanaiabudu, si kuukataa Uungu wake. Uzima wa milele ni kumjua Baba na Mwana. Hii inaungwa mkono na 1 Yohana 5:20 ambapo mtume Yohana anamwita Yesu: **"Mungu wa kweli na uzima wa milele."**

Yesu pia anatupatia ahadi ya ajabu katika Yohana 14:23: **"Ikiwa mtu ananipenda, atashika neno langu, na Baba yangu atampenda, nasi tutakuja kwake na kufanya makao yake pamoja naye."**

Mungu anakuja kuishi ndani yetu—Baba na Mwana kupitia Roho Mtakatifu! *(Yohana 14:16-23).* Pale Yesu alipo, Mungu yupo. Pale Mungu alipo, Yesu yupo. Kama ilivyoandikwa: **"Mungu alikuwa ndani ya Kristo, akiupatanisha**

ulimwengu na yeye, bila kuwahesabia makosa yao." *(2 Wakorintho 5:19).*

Na tena:

"Mimi na Baba tu umoja." *(Yohana 10:30).*

Zaidi ya hayo, katika 1 Wakorintho 6:19 tunafundishwa kwamba sisi ni hekalu la Roho Mtakatifu. Je, unaona? Baba, Mwana, na Roho Mtakatifu wanafanya makao ndani ya mwamini.

Kristo ndiye kila kitu kwetu. Kristo ni Mungu kwetu! *(1 Wakorintho 1:30).*

USHIRIKA WA BABA NA MWANA: NENO ALIKUWA MUNGU

Yesu Kristo alisema, **"Mimi na Baba tu umoja."** *(Yohana 10:30).*
Hata hivyo, Yesu hakusema, **"Mimi ni Baba,"** wala hakuna mahali katika Biblia panaposema kuwa Yesu ni Baba. Badala yake, Biblia inaeleza wazi kuwa kuna Baba na Mwana. Mfano mzuri unapatikana katika Injili ya Yohana 5:30 na mistari mingine mingi inayothibitisha hili.

Ikiwa unajua maandiko, utagundua kuwa Biblia haizungumzi kuhusu miungu wawili au watatu. Lugha ya Biblia haifanyi hivyo. Badala yake, Biblia inasisitiza wazi kwamba kuna Mungu mmoja:

"Sikilizeni, enyi Israeli, BWANA Mungu wetu, BWANA ndiye mmoja." *(Kumbukumbu la Torati 6:4).*

"Mungu mmoja na Baba wa wote, aliye juu ya yote, na kwa wote, na ndani ya yote." *(Waefeso 4:6).*

Nitagusa kipengele hiki kwa undani zaidi mwishoni mwa somo hili.

Yohana 1: NENO ALIKUWA MUNGU

Sasa tutazame kifungu cha pekee katika Yohana 1, sura ya kwanza ya Injili ya Yohana:

“Hapo mwanzo kulikuwako Neno, naye Neno alikuwako kwa Mungu, naye Neno alikuwa Mungu.” *(Yohana 1:1).*

Hapo Mwanzo

Aya hii inaanza kwa maneno **"Hapo mwanzo..."** Hii inaturudisha kwenye asili ya kila kitu. Hatuwezi kuelewa hili kwa kutumia mantiki za kibinadamu au akili zetu pekee. Ni ufunuo wa Mungu pekee unaoweza kutufikisha pale. **“Hapo mwanzo... MUNGU”** inatufundisha kuwa kila kitu kilianza na Baba na Mwana.

Yesu mwenyewe alisema:

"Baba, unitukuze mimi pamoja nawe, kwa utukufu ule niliokuwa nao pamoja nawe kabla ya ulimwengu kuwako." *(Yohana 17:5).*

Hii inathibitisha kuwa kabla ya uumbaji wa ulimwengu, Baba na Mwana walikuwapo pamoja.

Maandiko hayatuambii lolote kuhusu kilichokuwa kabla ya "hapo mwanzo" kwa sababu hakuna chochote cha kujifunza zaidi ya kwamba Mungu alikuwapo. Yeye ni "**Alfa na Omega, wa kwanza na wa mwisho, tangu milele hata milele.**"

Tatizo la Hoja za Kibinadamu

Changamoto huibuka pale watu wanapojaribu kutumia mantiki za kibinadamu na kunukuu vifungu vichache vya maandiko vinavyoonekana kuashiria matukio kabla ya huo mwanzo. Matokeo yake ni kuchanganyikiwa na kuvuruga maana ya maandiko. Kwa nini? Kwa sababu neno la Mungu halitupeleki huko wala halifundishi juu ya kile kilichotangulia "hapo mwanzo."

Kutumia hoja za kubahatisha (spekulasheni) kunasababisha mawazo yasiyo ya kibiblia na kueleza mambo ambayo Biblia haisemi. Katika historia, makosa haya yamejitokeza pale watu walipojaribu kwenda nje ya yale ambayo neno la Mungu linafunua.

Neno Alikuwako kwa Mungu

Katika "**hapo mwanzo,**" Neno alikuwapo kwa Mungu na Neno alikuwa Mungu. Baba na Mwana walishirikiana tangu mwanzo wa kila kitu, na kupitia Mwana tunapata ufunuo wa Mungu. Yesu Kristo ndiye Neno aliyefanyika mwili *(Yohana 1:14)*, akidhihirisha upendo na utukufu wa Baba kwa ulimwengu.

Badala ya kujaribu kwenda nje ya upeo wa maandiko, ni muhimu kufuata yale ambayo Biblia inasema wazi. **Baba, Mwana, na Roho Mtakatifu wote wanashirikiana kikamilifu katika uumbaji na wokovu wa mwanadamu.**

Kwa kumalizia, tunapochunguza maandiko haya, tunaelewa kwamba **Yesu Kristo ndiye Neno wa milele wa Mungu, aliye Alfa na Omega, Mwanzo na Mwisho.** Maandiko haya yanadhihirisha wazi kwamba hakuna tofauti kati ya Baba na Mwana katika asili yao ya kiungu – wao ni mmoja.

MIMI NIKO AMBAYE NIKO: JINA KUU NA LENYE NGUVU

Je, kuna jina kubwa zaidi au lenye nguvu kuliko hili alilosema Mungu kwa Musa?

"MIMI NIKO AMBAYE NIKO."

Kisha akaongeza:

"Ndivyo utakavyowaambia Waisraeli: MIMI NIKO amenituma kwenu." *(Kutoka 3:14).*

Yesu pia alitamka maneno haya yenye uzito mkubwa aliposema:
"Kabla Ibrahimu hajakuwako, Mimi niko." *(Yohana 8:58).*

Maneno haya yanadhihirisha umilele wa Baba na Mwana. Yesu alikuwako, yupo sasa, na ataendelea kuwako milele na milele! Libarikiwe jina lake takatifu!

Kabla ya Mwanzo, Kulikuwa na Baba na Mwana

Unatafuta maarifa gani zaidi? Hakuna. Je, kuna siri nyingine kubwa unayotaka kufahamu? Hakuna hata moja. Biblia haizungumzii tukio lolote lililotangulia "hapo mwanzo." Badala yake, inatuonyesha kuwa **kabla ya kuumbwa kwa**

chochote, Baba na Mwana walishiriki utukufu wa pamoja. Walikuwako milele na wataendelea kuwako milele.

"Kabla haijazaliwa milima, wala hujaumba dunia, na tangu milele hata milele, Ndiwe Mungu." *(Zaburi 90:2).* **Yesu Kristo ni wa milele; hana mwanzo wala mwisho.** *(Waebrania 7:3; Isaya 9:6).*

Neno la Mungu ni Thabiti

Neno la Mungu haliachi nafasi ya kubahatisha au kutumia hoja za kibinadamu kuhusu masuala haya. Tunapaswa kupokea ukweli wa neno lake kwa unyenyekevu, na kumwabudu Baba aliyemtoa Mwanawe kwetu, pamoja na kumwabudu Mwana aliyejitoa kufa kwa ajili yetu.

Wengine wanasema hatupaswi kutumia jina "Yesu Kristo" tunapozungumzia Neno aliyekuwako hapo mwanzo. Lakini tunapaswa kukumbuka kwamba Baba na Mwana walikuwa na mpango wa wokovu hata kabla ya kuwekwa misingi ya ulimwengu. *(Waefeso 1:4; 1 Petro 1:20; Ufunuo 13:8).* Yesu mwenyewe aliomba:

"Baba, unitukuze mimi pamoja nawe, kwa utukufu ule niliokuwa nao pamoja nawe kabla ya ulimwengu kuwako." *(Yohana 17:5).*

Mwanzo wa Yohana na Mwanzo wa Biblia

Mwanzo wa Injili ya Yohana unatukumbusha mstari wa kwanza wa Biblia:

"Hapo mwanzo Mungu aliumba mbingu na nchi."

Mwanzo 1:1).

Kwa wale wanaoelewa lugha ya Kiebrania, wanatufundisha kuwa neno "Mungu" lililotumika hapa ni **"Elohim,"** ambalo ni neno la wingi, likionyesha ushirikiano wa Baba, Mwana, na Roho Mtakatifu. Hii inadhihirika zaidi tunaposoma: **"Mungu akasema, Na tufanye mtu kwa mfano wetu, kwa sura yetu..."** *(Mwanzo 1:26).*

Je, Mungu alikuwa akiongea na malaika? Hapana! **Mungu aliumba mwanadamu kwa mfano wake mwenyewe, wala si kwa mfano wa malaika.**

Tunahakikishiwa kuwa Yesu Kristo alishiriki utukufu wa Baba kabla ya ulimwengu kuwako *(Yohana 17:5).* Zaidi ya hayo, maandiko yanatufundisha kuwa Mungu aliumba kila kitu kupitia Yesu Kristo *(Waefeso 3:9; Wakolosai 1:16; Yohana 1:3; Waebrania 1:2).*

Mungu Mmoja katika Utendaji wa Umoja

Mwanzo wa Biblia unatuonyesha wazi uhusiano wa Baba, Mwana, na Roho Mtakatifu katika kazi ya uumbaji. Hii inaelezwa vizuri zaidi tunaposoma: **"Na tufanye mtu kwa mfano wetu, kwa sura yetu."** *(Mwanzo 1:26).*

Baba na Mwana walishirikiana kuumba mbingu, dunia, na mwanadamu kwa nguvu za Roho Mtakatifu. Hili linatufundisha kwamba kazi zote za Mungu hufanywa kwa umoja kamili wa asili na utendaji wa Uungu wake.

"Hapo Mwanzo Kulikuwako Neno ..." *(Yohana 1:1)*

Katika kitabu cha Ufunuo sura ya 19, tunasoma juu ya mtu anayeketi juu ya farasi mweupe *(mstari wa 11 hadi 16)*, na maelezo yanayomzunguka mtu huyu yanatufanya tuelewe kuwa ni Yesu Kristo, Mwana wa Mungu. Lugha inayotumika hapa ni ile ile inayomtaja Yesu katika sura ya kwanza ya Ufunuo: **"Macho yake yalikuwa kama mwali wa moto... Na kutoka kinywani mwake hutoka upanga mkali."** Aidha, anaitwa **Mfalme wa Wafalme na Bwana wa Mabwana.** Katika mstari wa 13 wa sura hii, Yesu anatajwa waziwazi kama **'Neno la Mungu.'**

Hakuna shaka yoyote: Yesu ndiye **'Neno la Mungu'** lililotajwa katika Yohana 1:1. Kabla ya kitu kingine chochote kuumbwa, Yesu, ambaye ni Mwana wa Mungu, alikuwepo. **"Hapo mwanzo kulikuwako Neno..."** Maandiko katika Wakolosai 1:16-17 yanathibitisha ukweli huu, yakisema: **"Maana katika yeye vitu vyote viliumbwa... naye yuko kabla ya vitu vyote."**

Yesu Alikuwepo Kabla ya Mwanzo wa Kila Kitu

Huu ni ufunuo wa ajabu kutoka kwa maandiko. Injili ya Yohana inaturudisha kwenye **mwanzo wa kila kitu,** na kutufunulia kuwa Yesu Kristo alikuwepo tangu mwanzo. Hakuna ushahidi mwingine wa mwanzo wa kweli zaidi ya huu uliofunuliwa na neno la Mungu. Ni nani anayeweza kuanzisha mafundisho mapya yanayojaribu kueleza yaliyotokea kabla ya **'hapo mwanzo'**?

"**Hapo mwanzo kulikuwako Neno...**" Hii ni kauli wazi na thabiti ya neno la Mungu.

"Naye Neno Alikuwako kwa Mungu"

Ukweli huu unathibitishwa tena na maneno ya Yesu katika sala yake kwa Baba:

"Na sasa, Baba, unitukuze mimi pamoja nawe, kwa utukufu ule niliokuwa nao pamoja nawe kabla ya ulimwengu kuwako." *(Yohana 17:5)*

Maneno haya yanaonyesha kwamba kabla ya ulimwengu kuwako, Yesu Kristo, Mwana wa Mungu, alikuwepo pamoja na Baba. Alishiriki utukufu wa Baba kabla ya kuumbwa kwa chochote. Ukaribu wa uhusiano huu umeelezewa zaidi katika Yohana 17:24, ambapo Yesu anaomba:

"...Kwa maana ulinipenda kabla ya kuwekwa misingi ya ulimwengu."

Hakuna shaka kuwa Baba alimpenda Mwana wake Yesu Kristo kabla ya kuumbwa kwa dunia. Huu ni ukweli usiopingika uliofunuliwa na neno la Mungu.

Neno Alifanyika Mwili

Yesu Kristo, Mwana wa pekee wa Mungu, ambaye alikuwa kifuani mwa Baba, alishuka duniani na kutuonyesha utukufu wa Mungu. *(Yohana 1:18; Yohana 17:5)*. Katika Yohana 1:14 tunaambiwa wazi:

"Neno alifanyika mwili, akakaa kwetu; nasi tukauona utukufu wake..."

Hatari ya Kukataa Uungu wa Yesu

Wale wanaodai kuwa Yesu Kristo hakuwapo tangu mwanzo na Baba wanajitenga na ukweli wa maandiko.

"Ili kwamba watu wote wamheshimu Mwana kama vile wanavyomheshimu Baba. Asiyemheshimu Mwana hamheshimu Baba aliyemtuma." *(Yohana 5:23)* **"Yeye anayemkataa Mwana, anamkataa Baba pia; lakini anayemkiri Mwana anamkiri Baba."** *(1 Yohana 2:23).*

Kukataa kwamba Yesu Kristo alikuwa pamoja na Baba tangu mwanzo ni kupinga ukweli wa neno la Mungu. Yesu Kristo ni Neno la Mungu, alikuwepo kabla ya mwanzo wa ulimwengu, na alikuja duniani kutuonyesha njia ya uzima wa milele. **Tumsifu na kumheshimu Mwana kama tunavyomheshimu Baba, kwa maana wao ni wamoja.** *(Yohana 10:30).*

"...Na Neno Alikuwa Mungu" *(Yohana 1:1)*

Tunapolitazama andiko hili, tunakutana na ukweli usiopingika kuhusu Yesu Kristo. Hapa haisemwi kwamba "Neno alifanywa kuwa Mungu," wala haisemwi kwamba "Neno lilifanyika Mungu." Pia, haisemwi kwamba "Neno alikuwa usemi wa Mungu." Badala yake, inasema wazi: **"Neno alikuwa Mungu."**

Ni muhimu kufahamu kwamba **Neno** lililotajwa hapa ni Yesu Kristo mwenyewe, kama inavyothibitishwa wazi katika mstari wa 14:

"Naye Neno alifanyika mwili, akakaa kwetu; nasi tukauona utukufu wake, utukufu kama wa Mwana pekee atokaye kwa Baba; amejaa neema na kweli."

Katika waraka wake wa kwanza, mtume Yohana anazungumzia ukweli huu kwa kina, akieleza kuhusu Yesu Kristo, ambaye walimwona, walimsikia, na hata kumgusa:

"Lile lililokuwako tangu mwanzo, tulilolisikia, tuliloliona kwa macho yetu, tulilolitazama, na mikono yetu ikalipapasa, kwa habari ya Neno la uzima; (na uzima huo ulidhihirika, nasi tumeona, tena twashuhudia, na kuwahubiri ninyi ule uzima wa milele, uliokuwa kwa Baba, ukadhihirika kwetu)." *(1 Yohana 1:1-2)*

Hapa tunaona kuwa Yesu Kristo, aliyeitwa **Neno la Uzima**, ndiye aliyedhihirisha uzima wa milele. Uzima huu ulikuwa kwa Baba tangu mwanzo, na sasa umefunuliwa kwetu kupitia kwa Kristo Yesu.

Yesu Kristo: Udhibitisho wa Uzima wa Milele

Yesu Kristo ndiye udhihirisho kamili wa uzima wa milele na tabia ya Mungu. Uzima wa milele hauhusu tu muda usio na mwisho, bali ni asili ya Mungu Mwenyewe – uzima uliojaa utukufu na ukamilifu. Katika Kristo, uzima huu unafunuliwa kikamilifu kwa wanadamu.

Katika Yohana 17:3, uzima wa milele umeelezwa kwa maneno haya:

"Na uzima wa milele ndio huu, Wakujue wewe, Mungu wa pekee wa kweli, na Yesu Kristo uliyemtuma." Uzima wa milele unapatikana kwa kumjua Baba na Mwana – hakuna tofauti kati ya uzima uliomo kwa Baba na ule uliomo kwa Mwana.

Ushirika Pamoja na Baba na Mwana

Sisi waamini tumekirimiwa nafasi ya kipekee ya kushirikiana na Baba na Mwana:

“Hilo tulilolionana kulisikia, twawahubiri ninyi; ili nanyi pia mpate kushirikiana nasi: na ushirika wetu ni pamoja na Baba, na pamoja na Mwana wake Yesu Kristo.” *(1 Yohana 1:3)*

Uzima huu hauwezi kutolewa na malaika au kiumbe mwingine yeyote. Ni Baba na Mwana pekee wanaoweza kutupatia uzima wa milele. Katika 1 Yohana 5:11-12, mtume Yohana anathibitisha:

“Na huu ndio ushuhuda, ya kwamba Mungu alitupa uzima wa milele; na uzima huu umo katika Mwanawe. Yeye aliye naye Mwana, anao huo uzima; asiye naye Mwana wa Mungu hana huo uzima.”

Kwa maneno haya, maandiko yanaweka wazi kuwa uzima wa milele umo ndani ya Yesu Kristo. Hii inathibitisha kuwa Yesu Kristo si tu Mwana wa Mungu, bali pia ni Mungu Mwenyewe, aliye na uzima wa milele ndani Yake.

Yesu Kristo: Mungu Aliyekuwa Mwanzo

Yesu Kristo, aliyeitwa **Neno la Mungu**, alikuwepo pamoja na Baba tangu mwanzo wa kila kitu. **Lile Neno halikuwa tu usemi wa Mungu, bali lilikuwa ni Yesu Kristo Mwenyewe**, aliyeishi pamoja na Baba katika utukufu wa milele.

Katika yote, neno la Mungu linatufundisha kwamba uzima wa milele ni zawadi kutoka kwa Mungu, na kwamba zawadi hii hupatikana tu kupitia kwa Yesu Kristo. Hivyo, Yesu Kristo ndiye Mungu, ndiye Neno, na ndiye uzima wa milele unaoletwa kwetu kwa neema ya ajabu. **Tumsifu na tumwabudu Mwana kama tunavyomwabudu Baba, kwa sababu wao ni wamoja.** *(Yohana 10:30).*

"Hapo Mwanzo Kulikuwako Neno, Naye Neno Alikuwako kwa Mungu, Naye Neno Alikuwa Mungu" *(Yohana 1:1)*

Aya hii ni mojawapo ya maandiko yenye nguvu sana katika Agano Jipya, ikitangaza wazi Uungu wa Yesu Kristo. Lakini je, tafsiri ya mstari huu kutoka Kigiriki ni sahihi? Bila shaka, tafsiri hii ni ya kweli na yenye uhalali wa kisarufi.

Wapo watu ambao wamejaribu kuibadilisha maana yake kwa madai ya uelewa wa lugha ya Kigiriki, lakini ukweli unabaki kwamba maneno haya yanaeleweka wazi. Katika Kigiriki, mpangilio wa maneno ni "και θεος ην ο λογος" *(na Mungu alikuwa Neno)*. Hata hivyo, muktadha wa kifungu kizima na kanuni za sarufi zinaonyesha wazi kwamba tafsiri tuliyo nayo, "Naye Neno alikuwa Mungu," ni sahihi kabisa.

Kwa uelewa zaidi, rejelea mstari wa 14 wa sura hiyo hiyo, ambapo inafafanuliwa kuwa:

"Naye Neno alifanyika mwili, akakaa kwetu; nasi tukauona utukufu wake, utukufu kama wa Mwana pekee atokaye kwa Baba; amejaa neema na kweli."

Hii inathibitisha kuwa *Neno* linamhusu Yesu Kristo, ambaye ni udhihirisho wa Mungu aliyejifunua kwetu kwa njia ya mwili.

"Mungu Alidhihirishwa Katika Mwili"

Uthibitisho mwingine wa kweli hii unapatikana katika 1 Timotheo 3:16, ambapo Paulo anaandika:

"Na bila shaka siri ya utauwa ni kuu. Mungu alidhihirishwa katika mwili, Akajulika kuwa na haki katika roho, Akaonekana na malaika, Akahubiriwa

katika mataifa, Akaaminiwa katika ulimwengu, Akachukuliwa juu katika utukufu."

Maneno haya yanamwelezea Yesu Kristo, yakitangaza ufunuo mkubwa kwamba Mungu Mwenyewe alikuja ulimwenguni katika mwili. Paulo anaita ukweli huu kuwa "siri ya utauwa" na kuonyesha jinsi ulivyo wa ajabu na mkuu.

Tofauti za Miswada ya Kale

Kuna baadhi ya miswada ya Kigiriki, kama *Codex Alexandrinus*, ambayo badala ya kutumia neno "Mungu" inatumia neno "ambaye." Hii husababisha tafsiri kuwa: **"Na bila shaka siri ya utauwa ni kuu, ambaye alidhihirishwa katika mwili..."**

Hata hivyo, tafsiri hii inaleta changamoto za kisarufi. Kwa mfano, neno "ambaye" ni kiwakilishi cha kihusiano ambacho lazima kiunganishwe na jina fulani lililotajwa awali. Lakini katika muktadha huu hakuna jina la wazi ambalo linaweza kuhusishwa na "ambaye."

Kama tungeandika kwa Kiswahili, tungepata sentensi kama hii:
"Siri ya utauwa ni kuu, ambaye alidhihirishwa katika mwili."
Hii ingekuwa kosa la kisarufi, kwa sababu neno "ambaye" haliwezi kurejelea "siri" kwa usahihi. Badala yake, tunapaswa kusema:
"Siri ya utauwa ni kuu, ambayo ilidhihirishwa katika mwili."

Lakini tunapofuata maandishi sahihi ya Kigiriki, ambapo neno "Mungu" linatumika, tunapata tafsiri iliyo wazi na isiyo na utata:

"...Mungu alidhihirishwa katika mwili..."

Maana ya Msingi

Kwa hivyo, tafsiri ya kawaida inayoonyesha kwamba *Mungu alidhihirishwa katika mwili* ndiyo inayoakisi ukweli wa maandiko. Hii inakubaliana na mistari mingine mingi ya Biblia inayothibitisha uhusiano wa Baba na Mwana na ufunuo wa Uungu wa Yesu Kristo, kama vile Yohana 10:30 ("Mimi na Baba tu umoja"), Yohana 14:9 ("Aliyeniona mimi amemwona Baba"), na 2 Wakorintho 5:19 ("Mungu alikuwa ndani ya Kristo, akiupatanisha ulimwengu na nafsi yake").

Yesu Kristo si kiumbe wa kawaida bali ni Mungu mwenyewe aliyejifunua kwetu. Maandiko yote, kuanzia Yohana 1:1 hadi 1 Timotheo 3:16, yanaonyesha kwa wazi kwamba Yesu ndiye Neno aliyekuwepo tangu mwanzo na ambaye ni Mungu. Tunapochunguza ukweli huu, hatupaswi kubahatisha au kutumia mantiki za kibinadamu kupotosha maana ya wazi ya maandiko. Badala yake, tunapaswa kupokea kwa imani kwamba Yesu Kristo ndiye Mwana wa Mungu wa milele, aliyedhihirisha Uungu wake kupitia kazi ya wokovu.

Libarikiwe jina lake milele!

'Mzaliwa Pekee Mungu Aliye Katika Kifua cha Baba'

Labda sasa ni wakati mwafaka kuangazia suala linalohusiana na Uungu wa Yesu Kristo. Kuna watu wanaoipa kipaumbele miswada ya Kigiriki ya Agano Jipya ya kale sana, hususan *Codex Vaticanus* na *Codex Sinaiticus,* kwa sababu miswada hiyo inahesabiwa kuwa ya zamani zaidi ikilinganishwa na mingine. Wanashikilia kwamba miswada hii ya kale lazima iwe sahihi kila mara, wakiamini kwamba karibu na asili ya maandiko kuna usahihi zaidi. Miswada hii miwili, ambayo iligunduliwa na kuanza kutumika sana katika karne ya 19, imekuwa na athari kubwa katika tafsiri za Agano Jipya.

Tunapochunguza Yohana 1:18 kulingana na miswada hiyo, tunaona kwamba maandiko hayo yanasema hivi:

"Hakuna mtu aliyemwona Mungu wakati wowote; Mzaliwa pekee Mungu aliye katika kifua cha Baba, ndiye aliyemfunua."

Kwa Kiingereza, tafsiri hii inasomeka kama: **"The only begotten God who is in the bosom of the Father."**

Kwa hivyo, miswada hii ya kale inaonyesha kuwa Yesu ni "Mzaliwa pekee Mungu," yaani, Mungu ambaye ni wa pekee na aliye katika kifua cha Baba. Hii inaonyesha wazi uhusiano wa kipekee kati ya Yesu Kristo na Mungu Baba. Kwa mujibu wa maandiko haya, Yesu anatambulika kama Mungu aliye wa pekee na anayeshiriki kikamilifu asili ya Mungu Baba.

Kwa upande mwingine, Biblia nyingi za Kiingereza zinazofuata miswada mingi ya Kigiriki zinatafsiri aya hiyo kama: **"...The only begotten Son..."** (Mwana wa pekee).

Hata hivyo, Biblia ya Kiswahili ya SUV imechukua msimamo wa pekee kwa kuchanganya tafsiri hizo mbili kwa kusema: **"Mungu Mwana pekee aliye katika kifua cha Baba..."**

Hii inaonyesha wazi kwamba tafsiri ya SUV inathibitisha jambo lilelile — kwamba Yesu ni Mwana wa pekee na pia

Mungu wa pekee. Tafsiri hii, ingawa inachanganya vipengele vyote, bado inaleta maana inayolingana na ukweli wa maandiko, yaani, *Mwana ni Mungu wa pekee.*

Kwa hivyo, wale wanaopendelea miswada ya Kigiriki ya kale (kama *Codex Vaticanus* na *Codex Sinaiticus*) wanapaswa pia kukubali kile maandiko hayo yanavyodai: **Yesu ni Mungu!**

Hitimisho

Kwa vyovyote vile, maandiko haya yanasisitiza jambo moja kuu: Yesu Kristo ndiye Mzaliwa Pekee wa Mungu, na katika asili yake, yeye ni Mungu. Katika kifua cha Baba, Yesu Kristo si kiumbe wa kawaida bali ni Mungu mwenyewe aliyefunua utukufu wa Baba kwa wanadamu. Hili linaonyesha kwa uwazi ushirika wa kipekee wa Baba na Mwana katika Uungu.

www.ingramcontent.com/pod-product-compliance
Lightning Source LLC
LaVergne TN
LVHW010921051026
849532LV00003B/795
* 9 7 9 8 3 4 8 4 4 2 5 3 8 *